മനോജ് ഹാപ്പിനസ്സ്

പാലക്കാട് ജില്ലയിലെ മണ്ണാർക്കാട് ഇടൂർ കൃഷ്ണൻ കുട്ടിയുടെയും ഇന്ദിരാ കൃഷ്ണൻകുട്ടിയുടെയും മകൻ. ദുബായിൽ മനോജ് ആന്റ് അസോസിയേറ്റ്സ് ചാർട്ടേഡ് അക്കൗണ്ട്സ് മാനേജിംഗ് ഡയരക്ടർ.

കഴിഞ്ഞ ഇരുപത് വർഷമായി യു.എ.ഇ.യിലെ വിവിധ കോർപ്പറേറ്റ് കമ്പനികളിൽ മാനേജ്മെന്റ് മേഖലയിൽ പ്രവർത്തിക്കുന്നു. ചെറുപ്പകാലം തൊട്ട് തന്നെ യോഗ, പ്രകൃതിജീവനം, മോട്ടിവേഷണൽ ട്രെയിനിംഗ് എന്നിവയിൽ പ്രാവീണ്യം നേടി. ലോക പ്രശസ്ത ആനന്ദ ഗുരുവും ജീവനകലയുടെ ആചാര്യനുമായ ശ്രീ ശ്രീ രവിശങ്കറിന്റെ ശിഷ്യനും അന്താരാഷ്ട്ര പരിശീലനുമാണ്.

പ്രസിദ്ധീകരിച്ച കൃതികൾ: സ്നേഹിക്കൂ ചിരിക്കൂ സന്തോഷിക്കൂ, ആചാരലോകത്തെ അറിയാൻ.

ഭാര്യ: ഷൈമ മനോജ്
മക്കൾ: അഭിരാമി, അനഘ
സഹോദരൻ: ബിനോജ് കൃഷ്ണൻ
മൊബൈൽ: 00971526 999364/054 7329181
Email: manoj@manojcpa.com;manubgy@gmail.com

Malayalam Language
Chilanka Ninakkai...
(Novel)
by
Manoj Happiness
♦
Published in January 2023
by Kairali Books Private Limited
Thalikkavu Road, Kannur.
Ph : 0497-2761200
E-Mail : kairalibooksknr@gmail.com
♦
Cover Design
Prasanth Mangad
♦
Printed at
Printing Park, Tly.

95/22-23/Sl.No.1403/500/NS 18.6
ISBN 978-93-93397-41-6

ചിലങ്കാ നിനക്കായ്...

മനോജ് ഹാപ്പിനസ്

കൈരളി ബുക്സ്

അധ്യായം 1

'എന്തൊരു വലിയ അമ്പലമാണ്. നടന്നിട്ടും നടന്നിട്ടും എത്തുന്നില്ല ല്ലോ...'

നയനയുടെ ആത്മഗതം കേട്ടുകൊണ്ട് കൂടെ ഓടിയെത്തിയ മെർലിൻ മുകളിലേക്ക് നോക്കി പറഞ്ഞു.

'എന്തോരം സ്റ്റെപ്പുകൾ, എന്റെ കർത്താവേ! നാട്ടിലെ ഞങ്ങടെ പള്ളി യിൽ പോകുന്നത് പോലെ തന്നെ ഉണ്ട്.'

അവളുടെ സംസാരം കേട്ട് നയനയും പ്രീതയും ചിരിച്ചതോടെ മെർലിൻ കൂട്ടുകാരികളെ 'ഈ...' എന്ന് ഗോഷ്ഠി കാണിച്ചതിനു ശേഷം പടവുകൾ ഓടിക്കയറി. നയനയും പ്രീതയും അവൾക്കു പുറകെ ഓടി. അവരുടെ ചിരിയും ബഹളവും കണ്ടുകൊണ്ട് കുറച്ചു പിറകിലായി ചിലങ്ക പതുക്കെ നടന്നു കയറിവന്നു. അവർക്ക് പിറകിലും മുൻപിലും ആയി തല നിറയെ മുല്ലപ്പൂവും കനകാംബരവും ചൂടിയ തെലുഗു സ്ത്രീ കൾ ഒറ്റയ്ക്കൊറ്റയ്ക്ക് കയറി പോകുന്നുണ്ടായിരുന്നു.

പടവുകൾ കയറി എത്തുന്നത് ഒരു സമതല പ്രദേശത്തിലേക്കാണ്. അവിടെയാണ് അമ്പലം സ്ഥിതി ചെയ്യുന്നത്. ജനുവരി മാസം ആയതു കൊണ്ട് നല്ല മഞ്ഞാണ് ചുറ്റും. മലമുകളിൽ നിന്ന് നോക്കുമ്പോൾ നാലു ചുറ്റും പരന്നുകിടക്കുന്ന തൂവെള്ള മഞ്ഞു മാത്രം.അമ്പലത്തിനോട് ചേർ ന്നുള്ള വലിയ മണ്ഡപവും കടന്ന് അവർ നാലുപേരും ഉള്ളിലേക്ക് നട ന്നു. ഹനുമാൻസ്വാമി മാത്രമല്ല, ശ്രീ രാമചന്ദ്രനും സീതാദേവിയും ദുർ ഗ്ഗാദേവിയുമടക്കമുണ്ട് ഉപപ്രതിഷ്ഠകൾ.

ശ്രീകോവിലിനുള്ളിൽ നിന്നിറങ്ങി വന്ന പൂജാരി കുങ്കുമം നിറച്ച തളി കയിൽ നിന്നും സ്വർണ കളറിലുള്ള ഒരു കിരീടം എടുത്തു ഓരോരു ത്തരുടെയായി തലയിൽ വച്ച് അനുഗ്രഹിച്ചു. ശ്രീകോവിലിനുള്ളിലേക്ക് പാളി നോക്കിയ നയന മെർലിന്റെ ചെവിയിൽ മന്ത്രിച്ചു.

'എന്തൊരു വലിയ പ്രതിമ ആണ്...'

എട്ടടിയിലധികം നീളമുള്ള ഹനുമാൻസ്വാമിയുടെ പ്രതിഷ്ഠ മെർലിനും പുതുമ ആയിരുന്നു. ചുറ്റുമുള്ളവർ തങ്ങളെ ശ്രദ്ധിക്കുന്നുണ്ടെ ന്ന് മനസ്സിലാക്കിയ പ്രീത മെർലിന്റെയും നയനയുടെയും കൈ പിടിച്ചു

പുറത്തേക്ക് നടന്നു. ഇതൊന്നുമറിയാതെ ചിലങ്ക കണ്ണുകളടച്ച് കൈകൂപ്പി പ്രാർത്ഥനാ നിർഭരമായ മനസ്സോടെ ശ്രീകോവിലിനു മുന്നിൽനിന്നു. അമ്പലത്തിലെ മൈക്ക് സെറ്റിലൂടെ വലിയ ശബ്ദത്തിൽ ഉയർന്നുകേൾക്കുന്ന ഹനുമാൻ സ്തുതിയും അമ്പലത്തിനുള്ളിലെ പവിത്രമായ അന്തരീക്ഷവും അവളെ തീർത്തും മറ്റൊരു ലോകത്തിൽ എത്തിച്ചിരുന്നു.

തൊഴുതിറങ്ങിയ പെൺകുട്ടികൾ നാലുപേരും തിടുക്കപ്പെട്ട് താഴെ റോഡരികിൽ തങ്ങൾക്കായി കാത്തുകിടക്കുന്ന സൈക്കിൾ റിക്ഷക്കരികിലേക്ക് നടന്നു. റിക്ഷയിലേക്ക് കയറിയിരുന്ന് പ്രീത റിക്ഷക്കാരനായ വൃദ്ധനോട് തെലുഗിൽ

'വെൽതാം താത്താ.'

എന്നു പറഞ്ഞതോടെ വൃദ്ധൻ റിക്ഷയിലേക്ക് കയറി. റിക്ഷ മുന്നോട്ടേക്ക് നീങ്ങിയതോടെ പെൺകുട്ടികൾ നാലുപേരും ചുറ്റുമുള്ള കാഴ്ചകളിൽ മുഴുകി. അവർക്കുമുന്നിൽ തിരക്ക് പിടിച്ച നഗരം ഉണർന്നു വരികയായിരുന്നു. സീമാന്ധ്രയിൽ ഉൾപ്പെട്ട വിജയവാഡയിലെ ഹനുമാൻ ജംഗ്ഷനിലെ അറിയപ്പെടുന്ന ഒരു മലയാളി സ്കൂളിലേക്ക് പുതുതായി വന്ന സ്റ്റാഫുകൾ ആണ് നാലുപേരും. അതിൽ ആലപ്പുഴക്കാരി പ്രീതയ്ക്ക് മാത്രം ആന്ധ്രയിൽ അഞ്ചു വർഷത്തെ എക്സ്പീരിയൻസ് ഉണ്ട്. അതുകൊണ്ടുതന്നെ അത്യാവശ്യം ഭാഷയും തെലുഗരുടെ രീതികളും അവൾക്കറിയാം.മറ്റുള്ള മൂന്നുപേരും താരതമ്യേനെ പുതുമുഖങ്ങളാണ്. ചിലങ്ക ഡാൻസ് ടീച്ചർ ആണ്. കഴിഞ്ഞ അഞ്ചു വർഷത്തോളം ചെന്നൈയിൽ ഒരു നൃത്ത വിദ്യാലയത്തിലായിരുന്നു അവൾ ജോലിചെയ്തിരുന്നത്. സ്വദേശം തൃശ്ശൂർ. മെർലിനും നയനയും കോട്ടയംകാരാണ്. താരതമ്യേനെ ദരിദ്ര കുടുംബങ്ങളിൽ ജനിച്ച് ഒരുമിച്ചു പഠിച്ചു വളർന്ന് ഒരു ജോലിക്കുവേണ്ടി ഇവിടെ എത്തിച്ചേർന്നവർ. നാലു പേരും ഒരുമിച്ച് സ്കൂൾ വക ഹോസ്റ്റലിലാണ് താമസം.

ഒരാഴ്ചയോളമായി അവർ ഇവിടെ എത്തിച്ചേർന്നിട്ട്, പലവിധ ജീവിത സാഹചര്യങ്ങളിൽ നിന്നും ഒരു ജീവിതമാർഗത്തിനായി എത്തിച്ചേർന്ന 25 വയസ്സിൽ താഴെയുള്ള പെൺകുട്ടികൾ.

ഇന്നു ക്രിസ്മസ് വെക്കേഷൻ കഴിഞ്ഞ് സ്കൂൾ തുറക്കുകയാണ്. ആദ്യത്തെ ദിവസം ആയതുകൊണ്ട് ഇൻചാർജ് മാഡത്തിന്റെ പെർമിഷനോടെ അമ്പല ദർശനം കഴിഞ്ഞു വരികയാണ് നാലുപേരും.

'ശ്രീ ചൈതന്യ ടെക്നോ സ്കൂൾ' എന്നെഴുതിയ വലിയ കവാടവും കടന്ന് സ്കൂളിന്റെ കോമ്പൗണ്ടിലേക്ക് കയറി റിക്ഷ ഒരരികിലായി നിന്നു. കഴിഞ്ഞ ഒരാഴ്ച കൊണ്ട് സ്കൂളും പരിസരവും അവർക്ക് പരിചിതമാ

യിരുന്നു. നാലുപേരും ഇറങ്ങി നേരെ ഓഫീസിലേക്ക് നടന്നു. യൂണിഫോമണിഞ്ഞ കുഞ്ഞുങ്ങളെ കുത്തിനിറച്ച സ്കൂൾ ബസുകൾ ഓരോന്നായി കോമ്പൗണ്ടിലേക്ക് വന്നുകൊണ്ടിരുന്നു. സ്വന്തം വാഹനങ്ങളിൽ കുഞ്ഞുങ്ങളെ ഗേറ്റിനരികിൽ കൊണ്ടുവന്ന് ഇറക്കി പോകുന്ന മാതാപിതാക്കളും അതിൽ കരയുന്ന കുഞ്ഞുങ്ങളെ ക്ലാസുകളിൽ ഇരുത്താനായി അകത്തേക്ക് തിടുക്കപ്പെട്ട് കയറിപ്പോകുന്ന മാതാപിതാക്കളുമായി സ്കൂൾ ഗ്രൗണ്ട് മൊത്തം ബഹളമയമായിരുന്നു.

'പ്രീത ക്ലാസിലേക്ക് പൊയ്ക്കോളൂ. മെർലിനും നയനയും തൽക്കാലം കെ.ജി സെക്ഷനിലേക്ക് ചെല്ലൂ. ചിലങ്കയും ഇന്നുതന്നെ ക്ലാസ് തുടങ്ങിക്കോളൂ.'

ഈ വിജയവാഡയിൽ ഏറ്റവും കൂടുതൽ മലയാളി കുട്ടികൾ പഠിക്കുന്ന സ്കൂളാണ് നമ്മുടേത്. ഇതുവരെ നമുക്ക് ഒരു ഡാൻസ് ടീച്ചർ ഇല്ലാതിരുന്നത് ഒരു വലിയ കുറവ് തന്നെയാണ്. അതുകൊണ്ട് ഇന്ന് തന്നെ നമുക്ക് ക്ലാസ് ആരംഭിക്കണം.'

ഓഫീസിലെത്തിയ പെൺകുട്ടികളുടെ മുന്നിലേക്ക് രജിസ്റ്റർ നീക്കി വെച്ചു കൊണ്ട് മാഡം പറഞ്ഞു. തടിച്ച്, നല്ല ഉയരമുള്ള, ഒരു പുരുഷന്റെ ഗാംഭീര്യമുള്ള സ്ത്രീയാണ് ഈ സ്കൂളിന്റെ പാർട്ണർമാരിൽ ഒരാൾ കൂടിയായ മലയാളി ഇൻചാർജ് റജീന മേഡം. ഏതാണ്ട് ഇരുപത് വർഷത്തോളമായി അവർ ഇവിടെ സ്കൂൾ നടത്തുന്നു. അച്ചടക്കത്തിലും പഠനത്തിലും വളരെ പ്രശസ്തിയാർജിച്ചതുകൊണ്ടുതന്നെ അയ്യായിരത്തോളം കുട്ടികൾ പഠിക്കുന്ന ഒരു സ്കൂളായി വളരെവേഗം ചൈതന്യ ടെക്നോ സ്കൂൾ വളർന്നുകഴിഞ്ഞതിനു പിറകിൽ മാഡത്തിന്റെ ആത്മാർത്ഥമായ ശ്രമങ്ങൾ കൂടിയാണെന്ന് പ്രത്യേകം എടുത്തു പറയേണ്ടിയിരിക്കുന്നു.

മെർലിനും നയനയും പ്രീതയും ക്ലാസിലേക്ക് പോയതിനു ശേഷവും അവിടെത്തന്നെ പരുങ്ങി നിൽക്കുന്ന ചിലങ്കയെ നോക്കി മാഡം ചോദ്യഭാവത്തിൽ പുരികമുയർത്തി.

'ഞാനൊന്ന് ഹോസ്റ്റലിൽ പോയി ചിലങ്ക എടുത്തു കൊണ്ടു വരാം മാഡം.. അമ്പലത്തിൽ നിന്നും നേരെ ഇങ്ങോട്ടേക്ക് വരികയായിരുന്നു.'

'തനിച്ചു പോകുമോ അതോ ആയമ്മയെ കൂടി വിടണോ?'

ഹോസ്റ്റലിൽ ഉള്ള മലയാളി ടീച്ചർമാർക്ക് ഭക്ഷണം പാകം ചെയ്യുവാനും സ്കൂളിലെ ചെറിയ കുഞ്ഞുങ്ങളെ ഊട്ടിക്കാനുമായി ഒരു വൃദ്ധയായ സ്ത്രീയുണ്ട്. അവരെ എല്ലാവരും ആയമ്മ എന്നാണ് വിളിക്കുക. അവരുടെ ഭർത്താവാണ് താത്ത എന്നു വിളിക്കുന്ന സൈക്കിൾ റിക്ഷ

ഓടിക്കുന്ന വൃദ്ധൻ. രണ്ടുപേരും ഹോസ്റ്റലിനു താഴെയുള്ള റൂമിലാണ് താമസം.

'വേണ്ട മാഡം, കുറച്ചല്ലേ ഉള്ളൂ ഞാൻ ഓടി പോയി വരാം.'

പറയുന്നതോടൊപ്പം തന്നെ ഓഫീസിൽ നിന്നും തിടുക്കത്തിൽ ഇറങ്ങി ഓടി കഴിഞ്ഞു അവൾ. സ്കൂളിൽ നിന്നും അര കിലോമീറ്റർ ദൂരെയാണ് ഹോസ്റ്റൽ.കോമ്പൗണ്ടിൽ നിന്നും പുറത്തു കടന്ന് ഹോസ്റ്റലിലേക്ക് ഉള്ള റോഡിലേക്ക് തിരിഞ്ഞ് അവൾ വേഗത്തിൽ നടന്നു തുടങ്ങി.

റോഡരികിലുള്ള ആര്യവേപ്പിനു കീഴിൽ നിർത്തിയിട്ടിരുന്ന രണ്ടു ബൈക്കിൽ കുശലം പറഞ്ഞു കൊണ്ടിരുന്ന നാല് യുവാക്കൾ സംസാരം നിർത്തി അവളെ തന്നെ ശ്രദ്ധിക്കുന്നത് അവളറിഞ്ഞില്ല. നല്ല സ്പീഡിൽ തന്നെ ഓടി റൂമിൽ എത്തിയ അവൾ അലമാരിയുടെ ഉള്ളിൽ നിന്നും തിടുക്കത്തിൽ പെട്ടി വലിച്ചെടുത്ത് അതിനുള്ളിൽ നിന്നും ചിലങ്കയുടെ ചെറിയ ബോക്സ് കയ്യിലെടുത്തു വേഗം തിരിച്ചിറങ്ങി.

ഹോസ്റ്റലിനു മുന്നിലെ ഇടറോഡ് കഴിഞ്ഞ് സ്കൂളിലേക്കുള്ള റോഡിലേക്ക് കയറിയ അവളുടെ മുന്നിൽ രണ്ട് ബൈക്കുകൾ വട്ടം വന്നു നിന്നു. ചിലങ്ക ഞെട്ടി മുഖമുയർത്തി നോക്കി. നന്നായി വെയിലുകൊണ്ട് കരുവാളിച്ച മുഖമുള്ള ആരോഗ്യവാന്മാരായ നാല് യുവാക്കൾ.

അതിലൊരുത്തന്റെ മുഖത്ത് കഠിനമായ വെറുപ്പോ കോപമോ തുടിച്ചു നിൽക്കുന്നു. പുറകിലിരുന്നവൻ ഒരു വഷള ചിരിയോടെ ചോദിച്ചു.

'ഒസ്താരാ ബങ്കാരം.? (വരുന്നോ പൊന്നേ)

അവൻ എന്താണ് ചോദിച്ചത് എന്ന് മനസ്സിലായില്ലെങ്കിലും അവരുടെ ചേഷ്ടകളിൽ നിന്നും അതൊരു നല്ല ചോദ്യമല്ല എന്നവൾ ഊഹിച്ചു.

എന്താണ് ചെയ്യേണ്ടത് എന്നറിയാതെ അവൾ മുഖമുയർത്തി മുന്നിലേക്ക് നോക്കി. റോഡിന്റെ അങ്ങേയറ്റത്ത് സ്കൂൾ ഗേറ്റ് കാണാം. മറ്റൊന്നും ചിന്തിക്കാൻ ഉണ്ടായിരുന്നില്ല. വലയിൽ നിന്നും വഴുതി പോകുന്ന മത്സ്യത്തിന്റെ ചടുലതയോടെ ബൈക്കുകളുടെ ഇടയിലൂടെ അവൾ റോഡിലേക്ക് കയറി കുതിച്ചുപാഞ്ഞു.

ഓഫീസിൽ ഇരുന്ന് റെജീന മാഡവുമായി ഈ വർഷത്തെ മോളുടെ ഫീസിന്റെ കാര്യങ്ങൾ സംസാരിക്കുന്ന റാം ബാബുവിന്റെ കാൽക്കലേക്ക് ഒരു ചെറിയ പെട്ടിയോടൊപ്പം രണ്ടു ചിലങ്കകൾ തെറിച്ചുവന്നു വീണു. ഞെട്ടിപ്പിടഞ്ഞെഴുന്നേൽക്കാനാഞ്ഞ അയാളുടെ മടിയിലേക്ക് കടുംറോസ് നിറമുള്ള കോട്ടൻ സാരിയുടുത്ത നീണ്ടമുടി മെടഞ്ഞിട്ട ഒരു പെൺകുട്ടി വന്നുവീണു. ഒരു വലിയ റോസാ പൂങ്കുല വന്നുവീണത് പോലെ

ആണ് അയാൾക്ക് തോന്നിയത്. എഴുന്നേൽക്കാൻ തുനിഞ്ഞ അയാൾ കസേരയിലേക്ക് തന്നെ വീണു പോയി.

നിമിഷനേരംകൊണ്ട് സ്ഥലകാല ബോധം വീണ്ടെടുത്ത് എഴുന്നേറ്റു വിരണ്ടു മാറി നിന്ന അവളോട് ശബ്ദമടക്കി മാഡം ചോദിച്ചു.

'എന്താ ചിലങ്ക ? നോക്കി നടന്നു കൂടെ?'

'സോറി മാം. പെട്ടെന്ന് ഓടി വന്നപ്പോൾ സ്റ്റെപ്പിൽ കാൽതട്ടി.'

നിലത്തുവീണ ചിലങ്കകൾ കയ്യിലെടുത്ത റാം ബാബു അവൾക്ക് നേരെ നീട്ടി കൊണ്ട് ചിരിയോടെ പറഞ്ഞു.

'ഇറ്റ്സ് ഓക്കേ, നോ പ്രോബ്ലം...'

തിടുക്കത്തിൽ ചിലങ്കകൾ വാങ്ങി നെഞ്ചോടടുപ്പിച്ച് അവൾ മുഖമുയർത്തി അയാളെ നോക്കി.

നനവാർന്ന ചുവന്നുതുടുത്ത അധരങ്ങളും വിയർപ്പു പൊടിഞ്ഞ നേർത്ത മേൽ മീശയും വിടർന്ന രണ്ടു വലിയ കണ്ണുകളും ആണ് അയാളുടെ ഹൃദയത്തിൽ ആദ്യം പതിഞ്ഞത്.

ഒരുപാട് പരിചയമുള്ള ആരെയോ കണ്ടതുപോലെ അയാളുടെ ഇടനെഞ്ചിൽ ഒരു മിന്നൽ പിടഞ്ഞു.

എന്തോ ആലോചിച്ചുകൊണ്ട് ഓഫീസിൽ നിന്നും ഇറങ്ങി തിടുക്കത്തിൽ പുറത്തേക്ക് നടക്കുന്ന അവളെ നോക്കി അയാൾ ഇതികർത്തവ്യതാമൂഢനായി നിന്നു.

ഇവളെ എനിക്കറിയാം! എവിടെയാണ് ഞാൻ ഈ പെൺകുട്ടിയെ കണ്ടത്?

അധ്യായം 2

നേരം ഇരുട്ടി തുടങ്ങിയിരിക്കുന്നു. സ്കൂൾ ടൈം കഴിഞ്ഞെങ്കിലും ട്യൂഷൻ കുട്ടികൾ സ്കൂൾ കോമ്പൗണ്ടിൽ തന്നെ ഉണ്ട്. നല്ല പേര് സമ്പാദിക്കാനുള്ള മത്സരത്തിനിടയിൽ സ്കൂളുകൾ രക്ഷിതാക്കൾക്ക് കൊടുക്കുന്ന ഓഫറുകളിൽ ഒന്നാണ് രാത്രി ട്യൂഷൻ.

ജോലിയുള്ള രക്ഷിതാക്കൾക്ക് ഇത് സഹായകരമായതുകൊണ്ടു തന്നെ അവരത് പരമാവധി ഉപയോഗപ്പെടുത്തും. മിക്കവാറും കോമ്പൗണ്ട് കാലി ആകുമ്പോൾ ഒൻപത് മണിയെങ്കിലും ആവും. ഹോസ്റ്റലിൽ താമസിക്കുന്ന കേരള ടീച്ചേഴ്സിനാണ് രാത്രി ട്യൂഷൻ ഡ്യൂട്ടി. ഓരോ ദിവസവും രണ്ടു പേരായി മാറി മാറി ഇരിക്കുകയാണ് ചെയ്യുക. ഒരു മേൽനോട്ടത്തിനായി മാഡവും കൂടെ തന്നെ ഉണ്ടാകും.

ആദ്യത്തെ ദിവസമായ അന്ന് ചിലങ്കയ്ക്കും പ്രീതക്കും ആയിരുന്നു ഡ്യൂട്ടി. നേരം എട്ടരയോടടുക്കുകയാണ്. ഒരുവിധം കുട്ടികൾ എല്ലാം പോയി കഴിഞ്ഞിരിക്കുന്നു മൂന്നോനാലോ കുഞ്ഞുങ്ങൾ മാത്രം ബാക്കിയുണ്ട്. അവരിൽ അഞ്ചോ ആറോ വയസ്സുള്ള ഒരു ചെറിയ പെൺകുട്ടിയിൽ പ്രീതയുടെ കണ്ണുകൾ പതിഞ്ഞു.

'ഇത്രയും ചെറിയ കുഞ്ഞിനെ ഒക്കെ ഈ സമയം വരെ വീട്ടിലേക്ക് കൂട്ടിക്കൊണ്ടു പോകാതെ ഇവിടെ ഇരുത്തുന്ന പേരന്റ്സിനെ സമ്മതിക്കണം.'

'പാവം കുഞ്ഞ്!'

ചിലങ്ക പതിയെ പറഞ്ഞു. അതു കേട്ടുകൊണ്ടിരുന്ന കുഞ്ഞ് പതുക്കെ മുഖം തിരിച്ച് അവരെ നോക്കി. എല്ലാം കണ്ടുകൊണ്ടിരുന്ന റെജീന മാഡം പെട്ടെന്ന് ഇടയിൽ കയറി പറഞ്ഞു.

'അവൾക്ക് മലയാളം അത്യാവശ്യം അറിയാം. അവളുടെ പപ്പ റാം മലയാളിയാണ്. രാവിലെ നീ പോയി സാഷ്ടാംഗം വീണില്ലേ? അയാളുടെ മകളാണ്.'

ചിലങ്ക പതുക്കെ കുഞ്ഞിനെ അരികിലേക്ക് വിളിച്ചു. അവൾ ഒരു പരുങ്ങലോടെ ചിലങ്കയുടെ അരികിലേക്ക് നീങ്ങി നിന്നു. നല്ല ഭംഗിയുള്ള തുടുത്ത ഒരു പെൺകുഞ്ഞ്.

നീളമുള്ള മുടി നല്ല ഭംഗിയായി രണ്ടുവശത്തും മെടഞ്ഞ് ഉരുട്ടി കെട്ടി വെച്ചിട്ടുണ്ട്. നന്നായി കണ്ണെഴുതി പൊട്ടൊക്കെ വെച്ചിട്ടുണ്ടെങ്കിലും വലിയ കണ്ണുകളിൽ എന്തോ സങ്കട ഭാവം ആണ്. കൈനീട്ടി പതുക്കെ അവളുടെ കുഞ്ഞു വിരലുകളിൽ പിടിച്ച ശേഷം ചിലങ്ക ചോദിച്ചു.

'കുഞ്ഞാവയുടെ പേരെന്താ?'

ഒന്നു ലജ്ജിച്ച് മുഖം താഴേക്കു പിടിച്ച് പിറുപിറുക്കും പോലെ അവൾ പതുക്കെ പറഞ്ഞു.

'ആഗ...'

'ആഹാ സൂപ്പർ നെയിം...'

എന്നുപറഞ്ഞുകൊണ്ട് ചിലങ്ക അവളെ എടുത്ത് മടിയിൽ ഇരുത്തി. നാണത്തോടെ വിരലുകളിൽ നോക്കിക്കൊണ്ട് തലകുനിച്ചിരുന്ന കുഞ്ഞിനെ നെഞ്ചോട് ചേർത്തുപിടിച്ചുകൊണ്ട് അവൾ വിശേഷങ്ങൾ ചോദിച്ചു തുടങ്ങി.

അവരുടെ സംസാരം ശ്രദ്ധിച്ചു കൊണ്ടിരുന്ന മാഡത്തിനോട് പ്രീത ചോദിച്ചു.

'ഇത്ര ചെറിയ കുഞ്ഞിനെ എന്തെ അവര് വൈകി കൊണ്ടുപോകുന്നത്?'

'അവളുടെ അമ്മ ഗർഭിണിയാണ്. എന്തൊക്കെയോ കോംപ്ലിക്കേഷൻസ് ഉണ്ട്. അതുകൊണ്ട് കുഞ്ഞിനെ നോക്കാൻ വീട്ടിൽ ആരുമില്ലെന്ന് തോന്നുന്നു. റാം ഓഫീസിൽനിന്ന് വരുമ്പോഴാണ് ദിവസവും മോളെ കൊണ്ടുപോവുക. നമുക്ക് നഷ്ടം ഒന്നുമില്ല, എല്ലാത്തിനും ചേർത്ത് നല്ലൊരു തുക തന്നെ അയാൾ പേ ചെയ്തിട്ടുണ്ട്.'

'അയാൾക്ക് എന്താണ് ജോലി?'

'ഇന്ത്യയിലെ തന്നെ പ്രശസ്തമായ ഗ്രൂപ്പുകളിൽ ഒന്നല്ലെ റാം അസോസിയേറ്റ്സ്. വർഷങ്ങൾക്കു മുൻപ് മലയാളിയായ അയാൾ റാം അസോസിയേറ്റ്സിൽ മാനേജരായി ജോലിക്ക് വന്നതാണ്. അന്ന് മറ്റെന്തോ ആയിരുന്നു കമ്പനിയുടെ പേര്. ചുരുങ്ങിയ വർഷങ്ങൾ കൊണ്ട് കമ്പനി ജനശ്രദ്ധ പിടിച്ചുപറ്റി. അദ്ദേഹത്തിന്റെ വൈഫ് ആയ അനസൂയ മാഡത്തിന്റെ അച്ഛൻ അന്ന് തന്ത്രപരമായി എന്തോ കുഴപ്പം ഉള്ള മകളെ അയാളുടെ തലയിൽ കെട്ടിവെച്ചതാണെന്നും കേൾക്കുന്നു. എല്ലാ വലിയ വീടുകളുടെയും ഉള്ളിൽ നടക്കുന്നതുപോലെ എന്തൊക്കെയോ പുറംലോകം അറിയാത്ത കഥകൾ അവരുടെ ജീവിതത്തിലും ഉണ്ട്.'

റെജീന മാഡത്തിന്റെ വാക്കുകൾക്ക് മറുപടിയായി പ്രീത പുച്ഛത്തോടെ പറഞ്ഞു.

'എന്തൊക്കെയായാലും സ്വന്തം കുഞ്ഞിനെ നോക്കാൻ ഒരാളെ വെക്കാൻ പോലും ഇത്രയും വലിയ കോടീശ്വരൻമാരായിട്ടും അവർക്ക് മനസ്സുണ്ടായില്ലാലോ.'

'പണം തന്നെയാണ് എല്ലായിടത്തും പ്രശ്നം. ഇവരുടെ ആചാര പ്രകാരം സഹോദരങ്ങളുടെ മക്കൾ തമ്മിൽ വിവാഹബന്ധം അനുവദ നീയമാണ്. അനസൂയ മാഡത്തിന്റെ അച്ഛൻ വെങ്കിടേശ്വര റെഡ്ഡിക്ക് രണ്ട് മക്കളാണ്.

സ്വത്തുക്കൾ രണ്ടായി ഭാഗിച്ചെങ്കിലും കൂടുതലും റാമിന്റെ കൈവ ശമാണ്. സ്വപ്രയത്നം കൊണ്ട് നേടിയതാണ് അതിൽ ഭൂരിഭാഗവും. അനസൂയ മാഡത്തിന്റെ സഹോദരൻ തനിക്കു കിട്ടിയ ഓഹരിയിൽ ഭൂരി ഭാഗവും ശ്രദ്ധ കുറവ് കാരണം നഷ്ടപ്പെടുത്തി. ഇപ്പോൾ സഹോദരന് ഒരു ആൺകുഞ്ഞ് ജനിച്ചിരിക്കുന്നു. അനസൂയ മാഡത്തിന് ഇനി ഒരു പെൺകുഞ്ഞ് ഉണ്ടായാൽ അവരെ തമ്മിൽ വിവാഹം ചെയ്യിപ്പിച്ചാൽ ഈ അനന്തമായ സ്വത്തുക്കൾ ഒന്നും തന്നെ ഭാഗിച്ചു പോകാതെ അടുത്ത തലമുറയിലും ഇതേ കുടുംബത്തിൽ തന്നെ തുടരും.

അതിനു വേണ്ടി മാത്രമാണ് ഒരുപാട് ശാരീരിക പ്രശ്നങ്ങൾ ഉണ്ടാ യിട്ടും അവരുടെ കുടുംബത്തിന്റെ നിർബന്ധപ്രകാരം അവർ തയ്യാറാ യത്.'

'ഈശ്വരാ..! അപ്പോൾ ജനിക്കുന്നത് ആൺകുഞ്ഞാണെങ്കിലോ?'

അതിശയത്തോടെ ഉള്ള പ്രീതയുടെ ചോദ്യത്തിന് ഒരു പരിഹാസ ച്ചിരിയോടെ മാഡം പറഞ്ഞു.

'തമ്പുരാനറിയാം..സമ്പാദ്യം ഉള്ളവന് ഇനിയുമത് കൂട്ടുവാനുള്ള ആർ ത്തി, സമ്പാദ്യം ഇല്ലാത്തവന് എന്തെങ്കിലും സമ്പാദിക്കാനുള്ള ആഗ്രഹം... അതാണ് നമ്മുടെ ലോകം.'

അപ്പോഴേക്കും ആഗ മോൾ ചിലങ്കയോട് നന്നായി ഇണങ്ങി കഴി ഞ്ഞിരുന്നു. അവൾ ചിലങ്കയുടെ നീണ്ട മുടി പിടിച്ചു നോക്കുകയും കൈ കളിലെ കുപ്പി വളകൾ കിലുക്കി നോക്കുകയും ചെയ്യുന്നുണ്ടായിരുന്നു. പെട്ടെന്നാണ് കോമ്പൗണ്ടിലേക്ക് റാമിന്റെ കാർ കടന്നുവന്നത്. കാർ നിർ ത്തി ഡോർ തുറന്ന് അയാൾ ഇറങ്ങുമ്പോഴേക്കും കുഞ്ഞ് ഓടിച്ചെന്ന് പപ്പയുടെ കൈകളിലേക്ക് വീണു കഴിഞ്ഞിരുന്നു. കുഞ്ഞിനെയുമെടു ത്ത് ഹാളിലേക്ക് കയറി വന്ന അയാൾ പുഞ്ചിരിയോടെ മാഡത്തിനോട് യാത്ര പറയുന്നത് ചിലങ്കയും പ്രീതയും നോക്കിനിന്നു.

ഇരു നിറത്തിൽ നല്ല ഉയരമുള്ള ഒരാളായിരുന്നു റാം. ധരിച്ചിരിക്കുന്ന വെള്ള മുണ്ടും വെള്ള ഷർട്ടും അയാളുടെ മുഖത്തിന് കുറച്ചുകൂടി വെണ്മ

നൽകി. ശരീരം നന്നായി പരിപാലിക്കുന്ന ആളാണെന്ന് ഒറ്റനോട്ടത്തിൽ തന്നെ അറിയാം. നല്ല കട്ടിയിൽ വളർത്തിയ ചുരുണ്ട മുടിയും താടിയും, എല്ലാത്തിലുമുപരി വല്ലാത്തൊരു തിളക്കമാണ് അയാളുടെ കണ്ണുകൾക്കെന്ന് ചിലങ്ക ശ്രദ്ധിച്ചു. കാണുന്നവരിലേക്ക് ചൂഴ്ന്നിറങ്ങുന്നത് പോലെയുള്ള നോട്ടം. അയാളുടെ കണ്ണുകൾ തന്നിലേക്ക് എത്തിയതും അവൾ വല്ലാത്തൊരു അസ്വസ്ഥതയോടെ മുഖംതിരിച്ചു. പിന്നെ കാർ കോമ്പൗണ്ട് വിട്ടു പോകുന്നത് വരെ അവൾ മുഖം ഉയർത്തിയില്ല.

'അടുത്ത ആഴ്ച ഞാൻ ഒന്നു നാട്ടിൽ പോയി വരാം എന്നു വിചാരിക്കുന്നു. അപ്പോളേക്കും ഇവിടെ കാര്യങ്ങളൊക്കെ ഒന്ന് സെറ്റ് ആവും. ഞാൻ ഇല്ലാത്തപ്പോൾ ഓഫീസ് കാര്യങ്ങൾ നോക്കാൻ ചിലങ്കയ്ക്ക് എന്തെങ്കിലും ബുദ്ധിമുട്ടുണ്ടോ?'

ഒരു പരുങ്ങലോടെ എഴുന്നേറ്റുനിന്ന ചിലങ്കയോട് മാഡം തുടർന്നു.

'കാര്യമായി ഒന്നും ഇല്ല. ഫീസ് വന്നാൽ കളക്ട് ചെയ്യണം. ഓഫീസ് കാര്യങ്ങളിൽ ഒന്ന് ശ്രദ്ധിക്കണം. അത്രയേ ഉള്ളൂ. കോളുകൾ അറ്റൻഡ് ചെയ്യാൻ സുജാത മിസ്സിനോട് പറയാം. നിങ്ങൾക്ക് ഭാഷ പ്രശ്നം ആയേക്കും.'

'ചെയ്യാം മാഡം.'

പുഞ്ചിരിയോടെ ചിലങ്കയെ നോക്കിക്കൊണ്ട് മാഡം തുടർന്ന് ചോദിച്ചു.

'തന്റെ പേര് ഒരു പ്രത്യേക രസമാണ്... ചിലങ്ക... ആരാണ് ഈ പേരിട്ടത്? ഭാവിയിൽ ഒരു നർത്തകി ആവും എന്ന് അറിഞ്ഞിട്ട പേരുപോലെ.'

സംസാരിച്ചുകൊണ്ടിരുന്ന ചിലങ്കയുടെ മുഖത്ത് വിഷാദഭാവം നിറഞ്ഞു.

'അച്ഛനും അമ്മയും കലാക്ഷേത്രയിൽ നർത്തകരായിരുന്നു. അച്ഛനാണ് എനിക്ക് പേരിട്ടത്. മൂന്ന് വയസ്സുമുതൽ എനിക്ക് ഗുരു ആയതും അച്ഛൻ തന്നെ...'

'ആഹാ.. അവർ രണ്ടുപേരും നാട്ടിലാണോ ഇപ്പോൾ?'

'ഇല്ല. അച്ഛൻ എന്റെ പതിനാറാമത്തെ വയസ്സിൽ മരിച്ചു. കുറച്ചു വർഷങ്ങൾക്കു ശേഷം അമ്മയ്ക്ക് ഹൃദയ വാൽവിന് തകരാർ സംഭവിച്ചു. അവരുടേതു പ്രണയവിവാഹമായിരുന്നു. അതുകൊണ്ടുതന്നെ ആരുമുണ്ടായിരുന്നില്ല സഹായിക്കാൻ. ഓപ്പറേഷൻ ചെയ്തെങ്കിലും അമ്മ രക്ഷപ്പെട്ടില്ല...'

പറഞ്ഞു തീർത്ത് ഒരു വിങ്ങലോടെ പുറത്തേക്കിറങ്ങി പോകുന്ന ചിലങ്കയെ നോക്കി ചോദിക്കേണ്ടിയിരുന്നില്ല എന്ന ഭാവത്തിൽ മാഡവും പ്രീതയും പകച്ചിരുന്നു.

***** ***** *****

അന്നൊരു ഞായറാഴ്ചയായിരുന്നു. ആയമ്മയുടെ പതിവ് പച്ചരിച്ചോറും പരിപ്പുകറിയും കഴിച്ചതിനുശേഷം ഉച്ചക്ക് റൂമിലിരുന്ന് സംസാരിക്കുകയാണ് ചിലങ്കയും നയനയും മെർലിനും പ്രീതയും.സ്വന്തമായി പാചകം ചെയ്യാൻ വേണ്ടി സാധനങ്ങൾ വാങ്ങാൻ കടയിൽ പോകുന്നതാണ് വിഷയം. റജീന മാഡം നാട്ടിൽ ആണുള്ളത്. നാട്ടിലേക്ക് തിരിക്കുന്നതിനു മുമ്പ് അവർ നാലുപേർക്കും കർശനമായി താക്കീതു നൽകിയിട്ടുണ്ട് തനിച്ചു പുറത്തേക്ക് പോകരുതെന്ന്. ആ ഒരു ഭയം ഉള്ളതു കാരണം ചിലങ്കയും പ്രീതയും മടിച്ചു നിൽക്കുകയാണ്. മെർലിന്റെയും നയനയുടെയും നിർബന്ധം കൂടിയപ്പോൾ പെട്ടെന്ന് തന്നെ പോയി വരാം എന്ന ഉറപ്പിൽ നാലുപേരും തയ്യാറായി.

'റോഡുകളെല്ലാം കാഴ്ചയിൽ ഒരു പോലിരിക്കുന്നു ആരും വഴി മാറി പോകരുത് കേട്ടോ!'

മാർക്കറ്റിലേക്കുള്ള യാത്രയിൽ പ്രീതയുടെ താക്കീതിന് മറുപടിയായി മെർലിൻ പറഞ്ഞു...

'നമുക്ക് നേരെ മാർക്കറ്റിൽ പോയി കുറച്ച് സാധനങ്ങൾ വാങ്ങി അതുപോലെ തന്നെ തിരിച്ചു പോരാം. പ്രീത ചേച്ചിക്ക് ഭാഷ അറിയാലോ, കൂടെ ഇത്തിരി ബേക്കറിയും വാങ്ങണം. വായ്ക്കു രുചിയുള്ള എന്തെങ്കിലും കഴിച്ചിട്ട് മാസങ്ങളായി.'

മാർക്കറ്റിനുള്ളിലേക്കു കയറിയ പെൺകുട്ടികൾ നാലുപേരും പച്ചക്കറി കടകൾക്കു നേരെ നീങ്ങി. ഓരോ കടകൾക്ക് മുന്നിലും ചെന്ന് വിലപേശി സാധനങ്ങൾ വാങ്ങി നീങ്ങിക്കൊണ്ടിരുന്ന ആ നാല് മലയാളി പെൺകുട്ടികളെ മാർക്കറ്റിൽ എല്ലാവരും ശ്രദ്ധിക്കുന്നുണ്ടായിരുന്നു. പച്ചക്കറി മാർക്കറ്റിൽ നിന്നും ബേക്കറിയിലേക്ക് കടക്കാൻ ടൗണിലേക്ക് പോകണം.

ഒരുപാട് ഇടറോഡുകൾ പിന്നിട്ട് അവർ ടൗണിലേക്ക് കടന്നു.

റോഡിന് അപ്പുറത്തായി ഒരു സ്വീറ്റ് ഷോപ്പ് കണ്ട പെൺകുട്ടികൾ തിടുക്കത്തിൽ അങ്ങോട്ടേക്ക് നടന്നു. അവിടേക്ക് കടക്കുന്ന ആ ചെറിയ വളവിനരികിൽ നിൽക്കുന്ന കുറച്ചു ചെറുപ്പക്കാരിൽ ഒരാൾ അപ്പോളാണ് അവരെ തിരിഞ്ഞു നോക്കിയത്. ചിലങ്കയുടെ ഹൃദയത്തിലൂടെ ഒരു മിന്നൽ കടന്നുപോയി. അന്ന് തന്നെ തടഞ്ഞുവെച്ച നാലു പേരിൽ ഒരാളാണ് അയാൾ എന്ന് അവൾ പെട്ടെന്ന് തിരിച്ചറിഞ്ഞു. അയാളും അവളെ കണ്ടു കഴിഞ്ഞിരുന്നു. ചങ്ങാതിയുടെ ശ്രദ്ധ മാറിയത് കണ്ട് തിരിഞ്ഞു നോക്കിയ സുഹൃത്തുക്കളും അവരെ കണ്ട് എഴുന്നേറ്റുനിന്നു.

ചിലങ്ക പേടിയോടെ പ്രീതയുടെ കയ്യിൽ മുറുകെ പിടിച്ചു. അവർ രണ്ടുപേരും നിന്നതോടെ നയനയും മെർലിനും തിരിഞ്ഞുനോക്കി. ചിലങ്ക പ്രീതയുടെ ചെവിയിൽ എന്തോ മന്ത്രിച്ചതോടെ പെൺകുട്ടികൾ നാല് പേരും തിടുക്കപ്പെട്ട് തിരിഞ്ഞുനടന്നു. ഇടറോഡിലേക്ക് തിരിഞ്ഞ പെൺകുട്ടികളെ രണ്ടു ബൈക്കിലായി ആ ചെറുപ്പക്കാർ നാലുപേരും പിന്തുടരുന്നത് അവരറിഞ്ഞില്ല.

എത്രയും പെട്ടെന്ന് ഹോസ്റ്റലിലേക്ക് തിരിച്ചെത്താൻ മുന്നിൽകണ്ട വഴികളിലൂടെ തിടുക്കപ്പെട്ട് അവർ വേഗത്തിൽ നടന്നു.

അധ്യായം 3

ഒരേ വലിപ്പത്തിലുള്ള ഒരുപാട് ഇടറോഡുകൾ ആണ് മാർക്കറ്റിൽ നിന്നും ഹോസ്റ്റലിലേക്ക് പോകുന്ന ജംഗ്ഷനിൽ. നാലുപേരിൽ പ്രീതയ്ക്കാണ് കുറച്ചെങ്കിലും വഴിയൊക്കെ പരിചയം. അതുകൊണ്ടു തന്നെ അവൾ ഓടിക്കയറിയ റോഡിലേക്ക് തന്നെയാണ് ബാക്കി മൂന്നു പേരും ഓടിയത്. നല്ല വേഗത്തിൽ നടന്നുകൊണ്ടിരിക്കുമ്പോഴാണ് രണ്ടു ബൈക്കുകളിലായി നാലു ചെറുപ്പക്കാരും അവർക്കെതിരെ വന്നത്. ചിലങ്ക ചുറ്റും നോക്കി. റോഡിൽ എങ്ങും ആരുമില്ല, അതുമാത്രമല്ല, വഴിതെറ്റിയതുപോലെ...

ഇങ്ങോട്ടേക്ക് വന്ന റോഡരികിൽ ആര്യവേപ്പ് മരങ്ങൾ ഒന്നുമില്ലായിരുന്നു. ഇവിടെ റോഡിനിരുവശത്തും നിറയെ മരങ്ങളാണ്. അവൾക്ക് കാലുകൾ കിടുകിടാ വിറച്ചു തുടങ്ങി.

'നമുക്ക് വഴി തെറ്റി എന്നു തോന്നുന്നു. ഇതല്ല നമ്മൾ വന്ന റോഡ് .'

തങ്ങളുടെ തൊട്ടു പിറകിൽ നിർത്തി ബൈക്ക് ഇരപ്പിച്ചു കൊണ്ട് തിരിച്ചു വരുന്ന യുവാക്കളെ ശ്രദ്ധിച്ചുകൊണ്ട് നിൽക്കുന്ന പ്രീത ചിലങ്കയുടെ സംസാരം കേട്ട് ഞെട്ടി ചുറ്റും നോക്കി. ശരിയാണ് റോഡ് മാറിപ്പോയിരിക്കുന്നു. അവൾക്ക് പേടിയായി തുടങ്ങിയിരുന്നു. ഉള്ളിലെ ഭയം പുറത്തുകാണിക്കാതെ അവൾ മർലിനെയും നയനയെയും നോക്കി.

ശ്വാസം പോലും ഇല്ലാതെ വിളറി വിയർത്തു നിൽക്കുകയാണ് ഇരുവരും. ഉള്ളിലെ ഭയം പുറത്തു കാണിക്കാതെ അവൾ മൂന്ന് പേരോടും പറഞ്ഞു.

'കൈ വിടാതെ പിടിച്ചോണം... ആരെയെങ്കിലും കാണാതിരിക്കില്ല. തൽക്കാലം ഇവന്മാരുടെ അടുക്കൽ നിന്നും രക്ഷപ്പെടാം, വേഗം ഓടിക്കോ...'

പെൺകുട്ടികൾ നാലുപേരും കൈകോർത്തു പിടിച്ചു തൊട്ടുമുന്നിലായി കണ്ട മറ്റൊരു ഇട റോഡിലേക്ക് കയറി കുതിച്ചുപാഞ്ഞു. അവിടെ നിന്നും മറ്റൊരു റോഡിലേക്ക്, കണ്ണിൽ കണ്ട വഴികളിലൂടെ എല്ലാം അവർ ഓടിക്കൊണ്ടിരുന്നു. പെട്ടെന്നാണ് ഒരു കല്ലിൽ തട്ടി ചിലങ്ക തെറിച്ചുവീണത്. എഴുന്നേൽക്കാൻ ശ്രമിക്കുന്നുണ്ടെങ്കിലും അവളുടെ കാലിൽ

നിന്നു രക്തം വരുന്നുണ്ടായിരുന്നു. അതുകണ്ട് നയന കരഞ്ഞു തുടങ്ങിയതോടെ ബാക്കി പെൺകുട്ടികൾ മൂന്നുപേരും ആകെ ഭയപ്പെട്ടു.

'വാ എങ്ങനെയെങ്കിലും എഴുന്നേൽക്കാൻ നോക്ക്. ആരെങ്കിലും അറിയുന്നതിനു മുൻപ് നമുക്ക് ഹോസ്റ്റലിൽ എത്തണം.'

കൂട്ടുകാരിയെ താങ്ങി എണീപ്പിക്കാൻ ശ്രമിക്കുന്ന പെൺകുട്ടികളുടെ അരികിലേക്ക് ഒരു കറുത്ത സ്കോർപിയോ ഇരച്ചു വന്നുനിന്നു. മറ്റൊന്നും ചിന്തിക്കാതെ നയന ഡ്രൈവറുടെ സൈഡിലേക്ക് ഓടി.

ഗ്ലാസിൽ തട്ടിക്കൊണ്ട് അവൾ നിലവിളിച്ചു.

'സാർ.. പ്ലീസ് ഹെൽപ്!'

പെട്ടെന്ന് ഡോർ തുറന്ന് ഇറങ്ങിയ റാമിനെ കണ്ട് അവൾ ആശ്വാസത്തോടെ വിങ്ങിപ്പൊട്ടി കൊണ്ട് പറഞ്ഞു.

'സാർ, മാർക്കറ്റിൽ പോയി വരുമ്പോൾ ഞങ്ങളുടെ പുറകെ ആരൊക്കെയോ വന്നു. ചിലങ്കയുടെ കാല് മുറിഞ്ഞു. തിരിച്ചു പോകാൻ വഴിയും മനസ്സിലാകുന്നില്ല.'

പെട്ടെന്ന് തന്നെ വണ്ടിയിൽ നിന്നും ചാടി ഇറങ്ങിയ അയാൾ വിതുമ്പുന്ന അവളുടെ ചുമലിൽ തട്ടി സമാധാനിപ്പിച്ചു കൊണ്ട് പറഞ്ഞു.

'സാരമില്ല എല്ലാവരും വന്നു വണ്ടിയിൽ കയറു... ഞാൻ കൊണ്ടു വിടാം.'

ചിലങ്കയെ എഴുന്നേൽപ്പിക്കാൻ ശ്രമിക്കുന്ന പ്രീതയുടെയും മർലിന്റെയും അരികിൽ ചെന്ന് അയാൾ പറഞ്ഞു.

'നിങ്ങൾ വണ്ടിയിൽ കയറിക്കോളൂ... ഞാൻ കൊണ്ടുവരാം...'

ചിലങ്കയുടെ അരികിലായി മുട്ടുകുത്തി ഇരുന്ന റാം രക്തമൊഴുകുന്ന അവളുടെ കാൽപാദത്തിൽ പിടിച്ചു. രണ്ടോ മൂന്നോ സ്റ്റിച്ചിനുള്ള മുറിവുണ്ട് കാലിൽ എന്ന് അയാൾക്ക് മനസ്സിലായി. മുഖമുയർത്തി അവളെ നോക്കിയ അയാൾ വേദന സഹിച്ചു വിതുമ്പുന്ന അവളുടെ മുഖം കണ്ടപ്പോൾ അറിയാതെ ചിരിച്ചു പോയി.

'നാലും കൂടി മതിലുചാടിയതാണോ?'

ചിരിയോടെയുള്ള അയാളുടെ ചോദ്യം കേട്ട് ചിലങ്ക ചമ്മലോടെ മുഖം കൂർപ്പിച്ച് എഴുന്നേൽക്കാൻ ശ്രമിച്ചു. വേദനകൊണ്ട് അവളുടെ മുഖം ഒന്നുകൂടി ചുളിഞ്ഞത് കണ്ട് അയാൾ അവൾക്കു നേരെ കൈ നീട്ടി. ആ കൈകളെ തീർത്തും അവഗണിച്ചുകൊണ്ട്,

'എനിക്കറിയാം എഴുന്നേൽക്കാൻ! '

എന്നുപറഞ്ഞു അവൾ തനിയെ എഴുന്നേൽക്കാൻ ശ്രമിച്ചതോടെ

'ഇങ്ങോട്ട് വാ... കുരുത്തംകെട്ടവളേ...'

എന്നുപറഞ്ഞുകൊണ്ട് റാം ചിലങ്കയെ ചുമലിൽ പിടിച്ച് തൂക്കി എടുത്തുയർത്തി. നിലത്ത് നിർത്തിയശേഷം കൈകളിൽ പിടിക്കാൻ ശ്രമിച്ചെങ്കിലും അപ്പോഴേക്കും ചിലങ്ക കുതറിമാറി കഴിഞ്ഞിരുന്നു. അവൾക്ക് ആകെ നാണക്കേട് തോന്നുന്നുണ്ടായിരുന്നു. അതുകൊണ്ടുതന്നെ വയ്യെങ്കിലും അവൾ വണ്ടിയുടെ നേർക്ക് വലിഞ്ഞു നടന്നു. റാം വേഗം നടന്നുവന്ന് മുന്നിലെ ഡോർ തുറന്നു കൊടുത്തെങ്കിലും അയാളെ ഒന്ന് രൂക്ഷമായി നോക്കി അവൾ പുറകിൽ കൂട്ടുകാരികളോടൊപ്പം തന്നെ കയറിയിരുന്നു. ഒരു പുഞ്ചിരിയോടെ വണ്ടിയിൽ കയറിയ അയാൾ വണ്ടി മുന്നോട്ട് എടുക്കുന്നതിനിടയിൽ തിരിഞ്ഞു പെൺകുട്ടികളോട് പറഞ്ഞു.

'നേരം സന്ധ്യ ആവാറായി. ആരുമറിയാതെ ആണ് വന്നതെങ്കിൽ തൽക്കാലം ഞാൻ നിങ്ങളെ ഹോസ്റ്റലിൽ എത്തിക്കാം. നിങ്ങൾ മൂന്നു പേരും റൂമിലേക്ക് പൊയ്ക്കോളൂ ചിലങ്കയെ ഹോസ്പിറ്റലിൽ കാണിച്ചു കൂട്ടിക്കൊണ്ടു വരാം. ഇപ്പോൾ തന്നെ കുറെ സമയമായിട്ടുണ്ടാവില്ലെ പുറത്തു കടന്നിട്ട്?'

പെൺകുട്ടികൾ പരുങ്ങലോടെ പരസ്പരം നോക്കി. ഇപ്പോൾതന്നെ ഒരുപക്ഷേ തങ്ങളെ കാണാഞ്ഞിട്ട് വാർഡൻ അന്വേഷണം തുടങ്ങിയിട്ടുണ്ടാവുമോ എന്ന ഭയം അവരുടെ ഉള്ളിൽ ഉണ്ടായിരുന്നു.

കുറച്ചു നേരത്തെ നിശബ്ദതയ്ക്കൊടുവിൽ ചിലങ്ക എതിർക്കുന്നതും പ്രീത അവളെ അനുനയിപ്പിക്കാൻ ശ്രമിക്കുന്നതും റാം കേൾക്കുന്നുണ്ടായിരുന്നു. വണ്ടി ഹോസ്റ്റലിനു കുറച്ചകലെയായി നിർത്തിയ ശേഷം അയാൾ പറഞ്ഞു.

'വണ്ടി മുന്നിൽ നിർത്തിയാൽ എല്ലാവരും ശ്രദ്ധിക്കും. അതുകൊണ്ട് നിങ്ങൾ ഇറങ്ങി നടന്നോളൂ. ഇവിടെ തൊട്ടടുത്താണ് എന്റെ ഫ്രണ്ടിന്റെ ക്ലിനിക്. പെട്ടെന്ന് തന്നെ പോയിവരാം... മുറിവ് കാണുമ്പോൾ സ്റ്റിച്ച് ഇടേണ്ടി വരും എന്നു തോന്നുന്നു...'

മറ്റു പെൺകുട്ടികളോടൊപ്പം ഇറങ്ങാൻ ഒരുങ്ങിയ ചിലങ്ക 'സ്റ്റിച്ച്' എന്ന് കേട്ടതോടെ വിരണ്ട് സീറ്റിലേക്ക് തന്നെ ഒതുങ്ങിക്കൂടി ഇരിക്കുന്നത് കണ്ടു റാമിന് ചിരിവന്നു.

കുറച്ചു സമയമായി കാൽ താഴ്ത്തിയിട്ടതുകൊണ്ടാവാം ചിലങ്കയുടെ കാല് നന്നായി നീരുവന്നു തുടങ്ങിയിരുന്നു.

കാറിൽ നിന്നിറങ്ങി ക്ലിനിക്കിലേക്ക് നടക്കുമ്പോൾ വേദന കൊണ്ടവൾ റാമിന്റെ കൈകളിൽ അമർത്തിപ്പിടിച്ചു. അതൊരു ചെറിയ ക്ലിനിക് ആയിരുന്നു ഒരു പ്രായമായ നേഴ്സ് മാത്രമാണ് ഉണ്ടായിരുന്നത്. അവർ മുറിവിൽ ഒന്നു നോക്കിയ ശേഷം 'ആ ടേബിളിൽ ഇരുത്തിക്കോളൂ.' എ

ന്നുപറഞ്ഞ് അകത്തേക്ക് പോയി.

സാമാന്യം നല്ല ഉയരമുള്ള ഒരു ടേബിൾ ആയിരുന്നു അത്. റാം പെട്ടെന്നുതന്നെ അവളെ എടുത്തുയർത്തി ടേബിളിൽ ഇരുത്തി. ചിലങ്ക വേദനയ്ക്കിടയിലും ആകെ ചൂളി പോയിരുന്നുവെങ്കിലും ഉള്ളിലെ ഭാവമാറ്റം മുഖത്ത് പ്രകടമായില്ല.

അപ്പോഴേക്കും നേഴ്സ് ഒരു ട്രേയുമായി അങ്ങോട്ടേക്ക് കടന്നുവന്നു.

ഇഞ്ചക്ഷനും കത്രികയും അടങ്ങുന്ന ഉപകരണങ്ങൾ കണ്ടതോടെ ചിലങ്കയെ കിടുകിടാ വിറച്ചു തുടങ്ങി. ചുവന്നുതുടുത്ത മുഖത്ത് വിയർപ്പ് പൊടിഞ്ഞു. അവൾ ആശ്രയത്തിനെന്നവണ്ണം റാമിന്റെ ഷർട്ടിന്റെ കയ്യിൽ മുറുകെ പിടിച്ചു. നേഴ്സ് ക്ലീനിംഗ് തുടങ്ങിയിരുന്നു. മുറിവുകളിൽ സ്പിരിറ്റ് കലർന്നതോടെ അവളുടെ വേദന ഇരട്ടിയായി. വിതുമ്പി തുടങ്ങിയ ചിലങ്കയുടെ കവിളിൽ റാം പതുക്കെ തട്ടി.

'ഇത്ര ചെറിയ മുറിവിനു ഇങ്ങനെ കരഞ്ഞാലോ? ഒരു ടീച്ചർ അല്ലെ താൻ?'

'അതെന്താ ടീച്ചർമാർക്ക് വേദനിക്കില്ലേ?'

ചുണ്ടു കൂർപ്പിച്ചു കോപത്തോടെ ഉള്ള അവളുടെ ചോദ്യം കേട്ടപ്പോൾ അയാൾ അറിയാതെ ചിരിച്ചുപോയി.. പെട്ടെന്നാണ് നഴ്സ് പറഞ്ഞത്.

'മൂന്ന് സ്റ്റിച്ച് ഉണ്ട് കേട്ടോ, ഇടുകയാണ്...'

പറഞ്ഞു തീരും മുൻപേ സൂചി പച്ച മാംസത്തിൽ കയറി കഴിഞ്ഞിരുന്നു. അലറിക്കരഞ്ഞ് കുതറുന്ന ചിലങ്കയെ പെട്ടെന്നുള്ള വെപ്രാളത്തിൽ റാം നെഞ്ചോട് ചേർത്ത് മുറുകെ കെട്ടിപ്പിടിച്ചു. അവളുടെ മുഖം അയാൾ നെഞ്ചിലേക്ക് അമർത്തിപ്പിടിച്ചു.

മൂന്നോ നാലോ നിമിഷങ്ങൾ...

ചിലങ്കയെക്കാൾ ഉച്ചത്തിൽ അലറുന്ന റാമിന്റെ ശബ്ദം കേട്ട് നഴ്സ് ഞെട്ടി തിരിഞ്ഞു നോക്കി. റാമിന്റെ നെഞ്ചിൽ പല്ലുകൾ ആഴ്ത്തി, കടിച്ചുപിടിച്ച് വേദന സഹിക്കുന്ന ചിലങ്കയെ കണ്ടവർ ചിരിച്ചു പോയി. മൂന്ന് സ്റ്റിച്ച് ഇട്ട് കഴിഞ്ഞപ്പോഴേക്കും റാമിന്റെ വില കൂടിയ വെള്ള ലിനൻ ഷർട്ടിന്റെ മുൻവശം ചിലങ്കയുടെ പല്ലിന്റെ മൂർച്ച കൊണ്ട് പിഞ്ഞി പോയിരുന്നു.

നെഞ്ചിൽ നിന്നും മുഖം ഉയർത്തിയ അവളുടെ വിതുമ്പുന്ന ഭാവവും നിറഞ്ഞ വലിയ കണ്ണുകളും കണ്ടപ്പോൾ അയാൾക്ക് ഒന്നും പറയാൻ തോന്നിയില്ല.

അടുത്തതായി ഇഞ്ചക്ഷൻ എടുക്കാൻ വന്ന നഴ്സിനെ കൂടി കണ്ട

തോടെ ചിലങ്ക റാമിന്റെ ചെവിയിൽ പതുക്കെ പറഞ്ഞു.

'സാർ നമുക്ക് പോകാം, എനിക്ക് ഇഞ്ചക്ഷൻ പേടിയാണ്. '

'എനിക്കും പേടിയുണ്ട് നീ ഇനിയും കടിക്കുമോ എന്ന്... പക്ഷേ തീർച്ചയായും ഇഞ്ചക്ഷൻ എടുക്കണം.'

പറയുന്നതോടൊപ്പം റാം ടേബിളിൽ അവൾക്കു പിറകിലായി വന്നു നിന്നു.

നല്ല ഉയരം ഉണ്ടായിരുന്നതുകൊണ്ട് തന്നെ അയാളുടെ നെഞ്ചിനു നേരെ ആയിരുന്നു അവളുടെ ശിരസ്സ്. അവളുടെ കഴുത്തിലൂടെ കയ്യിട്ട് അയാൾ തന്റെ നെഞ്ചിലേക്കവളെ ചേർത്തുപിടിച്ചു. നേഴ്സ് വന്ന് ഇടതു സൈഡിൽ ചുരിദാറിന്റെ കഴുത്ത് താഴ്ത്തിയപ്പോൾ വേദനയും ലജ്ജയും കാരണം ചിലങ്ക പൊള്ളി പിടഞ്ഞുപോയി.

വെളുത്തു തുടുത്ത് മിനുത്ത, അവളുടെ ചുമൽ അയാൾക്കു മുന്നിൽ അനാവൃതമായി..

'സാർ പുറത്തിരുന്നു കൊള്ളൂ... എനിക്കു കുഴപ്പമില്ല...'

എന്നു പിറുപിറുത്ത അവളുടെ വലതു ഭാഗത്തായി കഴുത്തിൽ മുഖം ചായ്ച്ചു കൊണ്ട് അയാൾ ചെവിയിൽ പതുക്കെ മന്ത്രിച്ചു.

'പേടിക്കണ്ട, ഞാൻ കണ്ണടച്ചിട്ടുണ്ട്. കഴിഞ്ഞിട്ട് പറഞ്ഞാമതി.'

ചെവിക്കരികിലായി കേട്ട ആ നേർത്ത മന്ത്രണത്തോടൊപ്പം, തന്നിൽ ഉരസി കടന്നുപോയ അയാളുടെ കട്ടിയുള്ള താടി മീശ രോമങ്ങൾ നിമിഷനേരം കൊണ്ട് തിരിച്ചറിയാനാവാത്ത ഒരു വികാരമായി അവളിൽ അടിതൊട്ടു മുടിവരെ പൂത്തുലഞ്ഞു. ഇക്കിളി കൊണ്ട് പൊള്ളി പിടഞ്ഞ അവളെ അയാൾ ഒന്നുകൂടി കണ്ണുകളടച്ച് നെഞ്ചിലേക്ക് ചേർത്തുപിടിച്ചു.

തനിക്ക് എന്താണ് സംഭവിക്കുന്നത് എന്നറിയാതെ... വേദനകൾ മറന്ന്... ചിലങ്ക കണ്ണുകളടച്ച്...ചൂളിപ്പിടഞ്ഞ്... റാമിന്റെ നെഞ്ചിൽ ഒരു താമരയിതൾ പോലെ പറ്റി ചേർന്നു കിടന്നു...

അധ്യായം 4

'ആ സാറിനെ കാണാൻ നല്ല സ്റ്റൈലല്ലേ?'

'ഏത്? നമ്മുടെ റാം ബാബു സാറോ?'

'അതന്നെ... ഇന്ന് വണ്ടി നിർത്തി അതിൽ നിന്നും ഇറങ്ങി വന്ന ഒരു വരവ് കണ്ടില്ലേ... നല്ല ഹൈറ്റ്, എജ്ജാതി ബോഡി! പിന്നെ ആ കട്ട താടിയും കൂളിംഗ് ഗ്ലാസും... യാ മോനേ... മാസ്സ് തന്നെ.'

'പൊന്നുമോളെ... ആ പുറത്തു ചാടാൻ നോക്കുന്ന കോഴിക്കുഞ്ഞിനെ പിടിച്ചു കൂട്ടിലിട്ട് വല്ല ഗോതമ്പും വാരി ഇട്ടു കൊട്, അങ്ങേർക്ക് കെട്ടിയോളും ഒരു കൊച്ചുമുണ്ട്.'

പ്രീതയുടെയും മർലിന്റെയും സംസാരം കേട്ട് നയന പൊട്ടിച്ചിരിച്ചു പോയി. നല്ല ചൂട് കാലാവസ്ഥ ആയതുകൊണ്ട് രാത്രി വൈകുവോളം ഹോസ്റ്റലിന്റെ ഏറ്റവും മുകളിലെ നിലയിൽ കയറി ടെറസിലേക്ക് കടന്ന് അവിടെ വെറും നിലത്ത് ഒരു ബെഡ്ഷീറ്റ് വിരിച്ച് ആകാശം നോക്കി കിടന്നുകൊണ്ട് സംസാരിക്കുക അവരുടെ പതിവായിരുന്നു. അവരുടെ കുഞ്ഞു കുഞ്ഞു സന്തോഷങ്ങളും പ്രതീക്ഷകളും ദുഃഖങ്ങളും പരസ്പരം പങ്കുവയ്ക്കുന്ന സമയം കൂടിയാണിത്.

'ഒരു അവിവാഹിതയായ യുവതിയുടെ ദുഃഖം നിങ്ങൾക്കൊന്നും മനസ്സിലാകില്ലേ?

നാട്ടിലായിരുന്നപ്പോൾ ഒരു ദിവസം എത്രയോ താടിയുള്ള ചെക്കന്മാരെ വായിനോക്കി നടന്ന ഞാനാണിപ്പോ മരുന്നിനുപോലും ഒരു താടിക്കാരനെ കാണാൻ ഇല്ലാതെ ദാരിദ്ര്യം പിടിച്ചു നടക്കുന്നത്. ആകെ കണ്ടത് ഇങ്ങേരെ, അതാണേൽ ആരാന്റെ മൊതലും...'

'പക്ഷേ അങ്ങേർക്ക് നമ്മുടെ ചിലങ്കയെ ഒരു നോട്ടമുണ്ടോ എന്ന് എനിക്കൊരു സംശയമുണ്ട്! രാവിലെ കൊച്ചിനെ കൊണ്ടുവിടാൻ വരുമ്പോഴും കൊണ്ടുപോകുമ്പോഴും അങ്ങേരുടെ കണ്ണുകൾ ആരെയോ അന്വേഷിച്ചു കൊണ്ടേയിരിക്കും. ചിലങ്കയെ കാണും വരെ മാത്രം... അത് നിങ്ങൾ ആരെങ്കിലും ശ്രദ്ധിച്ചിട്ടുണ്ടോ?'

പ്രീതയുടെ സംസാരം കേട്ട് നയന മുഖം തിരിച്ചു ചിലങ്കയെ നോക്കി. അവൾ എന്തോ ആലോചനയിൽ മുഴുകി നക്ഷത്രങ്ങളെ നോക്കി കിട

ക്കുകയാണ്. ഇവിടെ നടന്ന സംഭാഷണങ്ങൾ ഒന്നും തന്നെ കേട്ട മട്ടില്ല.

നയന കൈകളുയർത്തി ചിലങ്കയെ പതുക്കെ പിടിച്ചുകുലുക്കി.

'എന്താണ് വല്ലാത്തൊരു ആലോചന? ഇവിടെ പറയുന്നത് വല്ലതും കേൾക്കുന്നുണ്ടോ?'

'എന്താ പറഞ്ഞത്? ഞാൻ കേട്ടില്ല!'

വേദനയുള്ള കാൽ പതുക്കെ ചരിച്ച് വെച്ച് ചിലങ്ക അവർക്ക് നേരെ തിരിഞ്ഞു കിടന്നു.

'വേറൊന്നുമില്ല, ആ റാം സാറിന് നിന്നോട് ഒരു ചാട്ടം ഉണ്ടോ എന്നൊരു സംശയം.'

ചിലങ്കയുടെ മുഖത്ത് അതിശയത്തോടൊപ്പം തന്നെ അറിയാതെ ഒരു പുഞ്ചിരി വിരിഞ്ഞു. ചെവിക്കു പിറകിൽ ഇപ്പോഴും അവന്റെ ശ്വാസം തങ്ങിനിൽക്കുന്നത് പോലെ. അവൾക്ക് ശരീരത്തിലെ രോമങ്ങൾ എഴുന്നേറ്റു നിന്നു.

'പുഞ്ചിരി കാണുമ്പോൾ എന്തോ കള്ള ലക്ഷണം ഉണ്ടല്ലോ...'

നയനയുടെ ചോദ്യമാണ് ചിലങ്കയെ സ്വപ്ന ലോകത്തു നിന്നും ഉണർത്തിയത്.

'ഹേയ് ഒന്നുമില്ല.. അല്ലെങ്കിൽ തന്നെ അങ്ങേരുടെ കല്യാണം കഴിഞ്ഞതല്ലേ, നിങ്ങളെന്തിനാ വെറുതെ ഓരോന്ന് ചിന്തിച്ചു കൂട്ടുന്നത്?'

' പ്രണയത്തിന് കണ്ണില്ല കാതില്ല.. എന്നൊക്കെ കേട്ടിട്ടില്ലേ? അതു കൊണ്ട് ചോദിച്ചതാണ്.'

'അദ്ദേഹത്തിന്റെ കെട്ടിയോൾക്ക് ഇത് രണ്ടും ഉണ്ടാകും കേട്ടോ?'

പ്രീതയുടെ മുന്നറിയിപ്പിനു പിറകെ എല്ലാവരും ചിരിച്ചു. ചിലങ്കയുടെ മുഖം ചുവന്നു തുടുക്കുന്നത് ലൈറ്റിന്റെ വെളിച്ചത്തിൽ നയനയ്ക്ക് കാണാമായിരുന്നു. അവളുടെ ഉള്ളിൽ ചെറിയ സംശയം മുളപൊട്ടുന്നുണ്ടായിരുന്നു അപ്പോളേക്കും മർലിന്റെ സ്വരം ഉയർന്നു.

'അതിനു പ്രേമിക്കുന്നവരൊക്കെ കല്യാണം കഴിക്കണം എന്ന് നിർബന്ധം ഉണ്ടോ? എത്രയോപേർ ടൈംപാസിന് പ്രേമിക്കുന്നു.'

'അത് നിനക്ക് പ്രണയം എന്താണെന്ന് അറിയാത്തതുകൊണ്ടാണ്. മനസ്സറിഞ്ഞു നമ്മൾ ഒരാളെ സ്നേഹിച്ചാൽ മരണംവരെയും നമ്മുടെ ഉള്ളിൽ മറ്റൊരാൾക്ക് സ്ഥാനം ഉണ്ടാകില്ല.'

നയനയുടെ വാക്കുകൾ എല്ലാവരെയും ഒരു നിമിഷം നിശബ്ദതയിലേക്കാഴ്ത്തി.

പെട്ടെന്ന് മെർലിൻ തമാശ പോലെ പറഞ്ഞു.

'ഓ അത് ശരിയാ, ഞാനത് മറന്നു. ഇതു പറയാൻ നിന്നോളം വലിയൊരു രക്തസാക്ഷി വേറെ ആരുണ്ട്?'

അവരുടെ സംസാരം കേട്ട് കൗതുകത്തോടെ പ്രീതയും ചിലങ്കയും നയനയെ നോക്കി. മെർലിനും നയനയും ഒരേ നാട്ടുകാർ ആയതുകൊണ്ട് തന്നെ അവർ രണ്ടുപേരും കുറച്ചു കൂടുതൽ അടുപ്പമുണ്ട്. പ്രീത ചിരിച്ചുകൊണ്ട് നയനയോട് ചോദിച്ചു.

'തേപ്പ് കിട്ടിയോ? അതോ കൊടുത്തോ? '

നയനയുടെ കണ്ണുകളിൽ ദേഷ്യം വന്നു നിറയുന്നത് കണ്ടപ്പോൾ പ്രീതയ്ക്ക് അതിശയം തോന്നി. അവളൊരു സൗമ്യ ശീലയായ പെൺകുട്ടിയായാണ് ഇതുവരെ തോന്നിയിരുന്നത്. പെട്ടെന്ന് ചിലങ്ക ഇടയിൽ കയറി പറഞ്ഞു.

'ഒന്നു നിർത്തൂ! അവൾക്ക് പറയാൻ ഇഷ്ടമല്ലെങ്കിൽ പറയേണ്ട.'

നയന പുഞ്ചിരിച്ചു കൊണ്ട് കൈനീട്ടി ചിലങ്കയെ നോക്കി പറഞ്ഞു.

'പറയാതെ ഒളിച്ചു വെക്കാൻ മാത്രം വലിയ രഹസ്യമൊന്നുമല്ലത്. ഞാൻ ഒരാളെ സ്നേഹിച്ചിരുന്നു. സ്കൂൾ കാലഘട്ടം മുതൽ ഞങ്ങൾ പ്രണയത്തിലായിരുന്നു. എട്ടു വർഷത്തെ പ്രണയത്തിനു ശേഷം അവന് ഗൾഫിൽ പോകാൻ ഒരു വിസ ലഭിച്ചതോടെ ഞങ്ങൾ വിവാഹിതരാകാൻ തീരുമാനിച്ചു. അവൻ എന്നെക്കാൾ ഉയർന്ന ജാതിയാണ്. അതുകൊണ്ടുതന്നെ അച്ഛൻ മരിച്ച് കഴിഞ്ഞ് അവനു വേണ്ടി മാത്രം ജീവിച്ച അവന്റെ അമ്മയ്ക്ക് ഈ വിവാഹത്തിന് സമ്മതമല്ലായിരുന്നു. ഒടുവിൽ ഞങ്ങൾ രജിസ്റ്റർ വിവാഹം കഴിക്കാൻ തീരുമാനിച്ചു. ഞങ്ങൾ രണ്ടുപേരും ചേർന്നാണ് ടൗണിലെ ജ്വല്ലറിയിൽ പോയി താലിയൊക്കെ വാങ്ങിയത്. പക്ഷേ ആരോ പറഞ്ഞു കാര്യങ്ങൾ അറിഞ്ഞ അവന്റെ അമ്മയും അവനും ഒന്നും രണ്ടും പറഞ്ഞ് രാത്രി വഴക്കായി. ഒടുവിൽ അവർ മുറിയിൽ കയറി കതകടച്ചു തൂങ്ങി. ഇതൊന്നുമറിയാതെ പിറ്റേന്ന് രാവിലെ ഞാൻ ആരുമറിയാതെ സർട്ടിഫിക്കറ്റും എടുത്തു അമ്പലത്തിനു മുന്നിൽ കാത്തുനിൽക്കുമ്പോഴാണ് ഹോസ്പിറ്റലിൽ നിന്ന് അവന്റെ വിളി വരുന്നത്.. ഞാൻ പോയി അവന്റെ അമ്മയെ കാണാൻ. കാലിൽ വീണു കരഞ്ഞു നോക്കി. പക്ഷേ ആ താലി എന്റെ കഴുത്തിൽ വീണാൽ ആ നിമിഷം ആത്മഹത്യ ചെയ്യും, എന്നവർ തറപ്പിച്ചു പറഞ്ഞു. പിന്നെ മറ്റൊന്നും ചെയ്യാനുണ്ടായിരുന്നില്ല. ജന്മം നല്കിയ അമ്മയെ തള്ളിക്കളയുന്നതിലും ഭേദമല്ലേ എട്ടു വർഷത്തെ പരിചയമുള്ള കാമുകി. ഞാനായിട്ട് തന്നെ മാറിക്കളഞ്ഞതാണ്...'

ഒരു വിങ്ങലോടെ നയന പറഞ്ഞുനിർത്തി.

'അപ്പോൾ ആ ചേട്ടൻ ഇപ്പോൾ എവിടെയാണ്?'

'അമ്മയുടെ ഭീഷണിയെ തുടർന്ന് എന്റെ നിർബന്ധത്തിനു വഴങ്ങി അവൻ ഗൾഫിൽ പോകുന്നതിനു മുൻപ് വിവാഹിതനായി. പക്ഷേ എന്തൊക്കെയോ പ്രശ്നങ്ങൾ.

ആ പെൺകുട്ടിക്ക് എന്തോ മാനസികമായി വയ്യായ്ക ഉണ്ടായിരുന്നു. ഒരിക്കൽ അവന്റെ അമ്മയെ വല്ലാതെ ഉപദ്രവിച്ചതിനെ തുടർന്ന് അവളുടെ വീട്ടിൽ തന്നെയാണിപ്പോൾ എന്നാണ് അവസാനമായി അറിഞ്ഞത്. എന്റെ ശാപമാണ് കാരണം എന്ന് പലരും പറയുന്നു എന്നറിഞ്ഞതോടെ ഞാൻ നാട്ടിൽ നിന്ന് മാറി. ഇതിനിടെ ഒരുപാട് പ്രാവശ്യം അവൻ വിളിച്ചു. ഒരു ദിവസം പോലും വിളിക്കാതിരിക്കില്ല. എത്രയൊക്കെ പിടിച്ചു നിന്നാലും ഓരോ പ്രാവശ്യവും അവന്റെ ശബ്ദം കേൾക്കുമ്പോൾ ഞാൻ തളർന്നു പോകും.ഇനിയും വയ്യ! അതുകൊണ്ട് ഫോൺ പോലും ഒഴിവാക്കി ഞാൻ ഇങ്ങോട്ടേക്ക് പോന്നു.'

'പാവം ആ ചേട്ടൻ...'

'എവിടെ ആയാലും സന്തോഷത്തോടെ ഉണ്ടായാൽ മതി. അതിനവന് കഴിയില്ല എന്ന് എനിക്കറിയാം, അത്രയേറെ സ്നേഹിച്ചതാണ് ഞങ്ങൾ. ഓരോ ചലനങ്ങളും പരസ്പരം മനസ്സിലാക്കിയവർ.

എങ്കിലും എന്നും ഞാൻ പ്രാർത്ഥിക്കാറുണ്ട്. ഞാൻ മരിക്കുന്നതു വരെ അവന്റെ മരണവാർത്ത കേൾക്കാതിരിക്കാൻ.

ഇതാ ഇപ്പോൾ ഇങ്ങനെ കിടക്കുമ്പോൾ പോലും ഞാനും അവനും കാണുന്നത് ഒരേ ആകാശമാണല്ലോ എന്നതാണ് എന്റെ ഏറ്റവും വലിയ ആശ്വാസം.'

നേർത്തു വരുന്ന നയനയുടെ ശബ്ദം കേട്ടു കൊണ്ട് കൂട്ടുകാരികൾ മൂന്നുപേരും നിശബ്ദരായി നക്ഷത്രങ്ങളെ നോക്കി കിടന്നു. ചിലങ്കക്ക് എന്തിനോ സങ്കടം വരുന്നുണ്ടായിരുന്നു. പേരറിയാത്തൊരു വേദന അവളുടെ നെഞ്ചിൽ വിങ്ങി.

എന്തുകൊണ്ടോ അവൾ അപ്പോൾ റാമിനെ ഓർത്തു. തന്റെ ഉള്ളിൽ പിടയുന്ന വിവരിക്കാനാവാത്ത ഈയൊരു വികാരം അദ്ദേഹത്തിന് തന്നോട് ഉണ്ടാവുമോ?

അത് മനസ്സിലാക്കാൻ കഴിയുമോ? ഇതാണ് പ്രണയമെങ്കിൽ... അതൊരു വലിയ തെറ്റല്ലേ? അല്ലെങ്കിൽ തന്നെ തെറ്റും ശരിയും പറഞ്ഞുതരാൻ തനിക്ക് ആരാണുള്ളത്?

അവൾക്ക് പെട്ടെന്ന് അമ്മയെ കാണണം എന്ന് തോന്നി. ഏതോ ഒരു വലിയ കോവിലകത്തെ കുട്ടിയായിരുന്നു അമ്മ എന്ന് അച്ഛനും

അമ്മയും തമ്മിലുള്ള സംഭാഷണത്തിൽ നിന്നും മനസ്സിലായിട്ടുണ്ട്. പക്ഷേ ഒരിക്കൽപോലും അമ്മ അതിൽ ദുഃഖിക്കുകയോ നഷ്ടബോധത്തോടെ അച്ഛനോട് പെരുമാറുകയോ ചെയ്തതായി കണ്ടിട്ടില്ല. മരണം വരെയും രണ്ടുപേരും പരസ്പരം ഒരുപാട് സ്നേഹിച്ചിരുന്നു. അതാവാം യഥാർത്ഥ പ്രണയം. ഇതൊക്കെ വെറും ഭ്രമം ആയിരിക്കും.

'എന്താ ഇത്ര വലിയ ആലോചന? '

'ഒന്നുമില്ല... എനിക്കെന്തോ അമ്മയെ ഓർമ്മ വന്നു.'

ചിലങ്കയുടെ മറുപടി കേട്ട് പ്രീത ഒരു പുച്ഛചിരിയോടെ പറഞ്ഞു.

'എനിക്കുമുണ്ട് ഒരമ്മ. കൃത്യമായി വിളിച്ച് പൈസ മാത്രം ചോദിച്ചുകൊണ്ടേയിരിക്കുന്ന ഒരമ്മ. ഒരു മാസത്തെ ശമ്പളം ഇത്തിരി വൈകിയാൽ പ്രാക്കും വളർത്തിയതിന്റെ കണക്കുപറച്ചിലുമായി ഉള്ള സമാധാനം കൂടി കളയുന്ന അമ്മ.'

ആത്മദുഃഖം അടക്കിപ്പിടിച്ച പ്രീതയുടെ ശബ്ദവും കേട്ടുകൊണ്ട് ചിലങ്ക കണ്ണുകളടച്ചു വെറുതെ കിടന്നു.

അധ്യായം 5

കാലിലെ മുറിവ് പൂർണമായും ഉണങ്ങിയിട്ടില്ലാത്തതിനാൽ ചിലങ്കയ്ക്ക് അന്ന് ഓഫീസിലായിരുന്നു ഡ്യൂട്ടി. മാഡം നാട്ടിൽ നിന്നും മടങ്ങിയെത്തിയിട്ടില്ല. ഫീസ് രജിസ്റ്റർ നോക്കി പെൻഡിങ് ഫീസ് മാർക്ക് ചെയ്തു കൊണ്ടിരിക്കുമ്പോഴാണ് വൈസ് പ്രിൻസിപ്പാൾ മാഡം അവളെ വിളിച്ചത്.

'ചിലങ്ക മിസ്സ്ക്ക് ഫോൺ.'

ആരാണ് തന്നെ ഓഫീസ് ഫോണിലേക്ക് വിളിക്കാൻ? ചെറിയ അമ്പരപ്പോടെ ചിലങ്ക ചെന്ന് ഫോൺ എടുത്തു.

'ചിലങ്ക മാഡം ബാവുന്നാരാ?'

പരുക്കനായ ഒരു പുരുഷ ശബ്ദമാണ് അപ്പുറം. ചിലങ്ക ഒരു നിമിഷം ആലോചിച്ചു.

ആരാണെന്നറിയില്ല, എങ്കിലും സുഖമാണോ എന്നാണ് ആ ചോദ്യം എന്ന് അവൾക്ക് മനസ്സിലായിരുന്നു. ഒന്നാലോചിച്ച ശേഷം അവൾ മറുപടി പറഞ്ഞു.

'yes sir, may i know who are you?'

'മാഡം, നാക്കു മിതോ കളവാലി. പേയ്മെന്റ് കുരിഞ്ചു ചെപ്പണ്ടീ'

ഈശ്വരാ! എന്താണ് ഇയാൾ പറയുന്നത്.

ചെറിയ ചില തെലുഗു വാക്കുകൾ ഒഴിച്ചാൽ തെലുഗു പരിചിതമായിട്ടില്ല. അതുകൊണ്ട് തന്നെ മറുപടി സൂക്ഷിച്ചുവേണം. ഇന്നലെയാണ് മലയാളം അറിയുന്ന ഒരു രക്ഷിതാവിന്റെ മുന്നിൽവെച്ച് മലയാളത്തിൽ അയാളെ തന്നെ കുറ്റം പറഞ്ഞതിന് മർലിന് വഴക്ക് കിട്ടിയത്. ചിലങ്ക ചുറ്റും നോക്കി. ഓഫീസിലേക്ക് കയറിവരുന്ന പ്രീതയെയാണ് ആദ്യം തന്നെ കണ്ണിൽപ്പെട്ടത്. ഫോണിന്റെ റിസീവർ സാരിത്തുമ്പു കൊണ്ട് അടച്ചു പിടിച്ച് അവൾ ചോദിച്ചു.

'പ്രീതാ... കളവാലി എന്നാൽ എന്താ അർത്ഥം? ഒരാൾ വിളിച്ചു ചോദിക്കുന്നുണ്ട്. എന്തോ ഫീസിന്റെ കാര്യമാണെന്ന് തോന്നുന്നു. പെയ്മെന്റ് എന്നൊക്കെ പറയുന്നുണ്ട്.'

'കളവാലി എന്നാൽ കാണണം എന്നാണ് എന്റെ അറിവ്. ഫീസിന്റെ കാര്യം പറയാൻ വേണ്ടി കാണണമെന്നായിരിക്കും ചിലപ്പോൾ അയാൾ ഉദ്ദേശിച്ചത്. എന്തായാലും നാളെ നേരിട്ട് വരാൻ പറ.'

'അതിപ്പോ എങ്ങനെയാ തെലുഗിൽ പറയുക?'

ചിലങ്കയുടെ പരുങ്ങൽ കണ്ട് പ്രീതയ്ക്ക് ചിരി വന്നു. അവൾ പെട്ടെന്ന് തന്നെ ഫോൺ എടുത്തു.

'മീരു രേപ് റണ്ടി സർ. മനക്കു മാട്ടലാട്താം. (നിങ്ങൾ നാളെ വരൂ സാർ, നമുക്ക് സംസാരിക്കാം.'

ഫോൺ വച്ചു ചിരിയോടെ ഇറങ്ങിപ്പോകുന്ന പ്രീതയെ നോക്കിക്കൊണ്ട് ചിലങ്ക പിറുപിറുത്തു.

'വല്ലാത്തൊരു ഭാഷ തന്നെ.'

***** ***** *****

സമയം എട്ടര ആകുന്നതേയുള്ളൂ. നയനയോടൊപ്പം സ്കൂൾ കോമ്പൗണ്ടിലേക്ക് കയറിവന്ന ചിലങ്കയെ വൈസ് പ്രിൻസിപ്പാൾ വിളിക്കുന്നുണ്ടെന്ന് ആയമ്മ വന്നു പറഞ്ഞു. അതനുസരിച്ച് ഓഫീസിലേക്ക് ചെന്നുകയറിയ അവൾ അകത്തിരിക്കുന്ന യുവാക്കളെ കണ്ട് പകച്ചു നിന്നുപോയി. അന്ന് മാർക്കറ്റിൽ വെച്ച് തങ്ങളുടെ പുറകെ കൂടിയ പയ്യൻമാരിൽ നാലു പേരായിരുന്നു അത്. ചിലങ്കയെ കണ്ട വൈസ് പ്രിൻസിപ്പൽ സുജാത മാഡം അതിശയത്തോടെ അവളെ നോക്കി. വർഷങ്ങളായുള്ള കേരള മാനേജ്മെന്റുമായുള്ള ബന്ധം കൊണ്ട് അവർക്ക് മലയാളം സംസാരിക്കാൻ അറിയാം. അടക്കിപ്പിടിച്ച ദേഷ്യത്തോടെ അവർ ചിലങ്കയോട് പറഞ്ഞു.

'എന്താ ചിലങ്ക മിസ്സ് ഇത്? ഇവർ എന്തിനാണ് വന്നതെന്ന് അറിയുമോ?'

ചിലങ്ക ഒന്നും മനസ്സിലാവാതെ സുജാത മാഡത്തിന്റെ മുഖത്തേക്ക് നോക്കി.

'ഇന്നലെ താൻ ഫോണിൽ പറഞ്ഞതനുസരിച്ച് തന്റെ റേറ്റ് പറഞ്ഞുറപ്പിക്കാൻ വന്നതാണത്രെ ഇവർ. ഇതൊരു സ്കൂൾ ആണെന്ന ചിന്തയില്ലാതെയാണ് സംസാരിക്കുന്നത്. ഇന്നലെ എന്താണ് സംഭവിച്ചതെന്ന് താൻ തന്നെ പറയൂ, എന്നിട്ട് നമുക്ക് പോലീസിനെ വിളിക്കാം.'

ചിലങ്ക ആകെ ഞെട്ടിത്തരിച്ചു നില്ക്കുകയാണ്, അവൾക്ക് എന്താണ് പറയേണ്ടത് എന്ന് മനസ്സിലായില്ല. ഇന്നലെ ഫോണിൽ വിളിച്ചത് ഇവരായിരുന്നോ? പ്രീത പറഞ്ഞുതന്ന അർത്ഥം മാറിപ്പോയോ ദൈവമേ!

അവൾ ദയനീയമായി പുറത്തേക്ക് നോക്കി. നയനയും കുറച്ചു ടീച്ചർമാരും ഉള്ളിലെ ബഹളം കേട്ടു കൊണ്ട് ഒന്നും മനസ്സിലാവാതെ പുറത്തു നിൽക്കുന്നുണ്ട്.

'ഇല്ല മാഡം... അത് പ്രീത പറഞ്ഞത്.'

കരച്ചിലും ദേഷ്യവും കാരണം അവൾക്ക് സംസാരം പുറത്തേക്ക് വന്നില്ല. അപ്പോഴേക്കും അവരിൽ ഒരുവൻ ചാടിയെഴുന്നേറ്റ്, ഉച്ചത്തിൽ ആക്രോശിച്ചുകൊണ്ട് എന്തോ പറഞ്ഞവൾക്ക് നേരെ തിരിഞ്ഞു.

ചിലങ്ക നടുങ്ങിപ്പോയി. അവൾ രണ്ടു കൈ കൊണ്ടും ചെവി പൊത്തി മുഖം തിരിച്ചു കളഞ്ഞു.

മോളെ ക്ലാസ്സിൽ ഇരുത്തി തിരിച്ചു നടക്കുകയായിരുന്ന റാം ഓഫീസിനു പുറത്തുള്ള ഒരു ചെറിയ ആൾക്കൂട്ടവും ബഹളവും കണ്ടാണ് അങ്ങോട്ടേക്ക് നടന്നത്

അയാളെ കണ്ടതോടെ ബഹുമാനത്തോടെ ആളുകൾ രണ്ടു വശത്തേക്ക് മാറി നിന്നു. ഓഫീസിലേക്ക് കയറിയ റാം കണ്ടത് ജംഗ്ഷനിൽ ഓട്ടോ ഓടിക്കുന്ന യോഗിയും രണ്ടു സുഹൃത്തുക്കളും വൈസ് പ്രിൻസിപ്പൽ മാഡത്തിനോട് ഉച്ചത്തിൽ ആക്രോശിച്ചു സംസാരിക്കുന്നതാണ്. കസേരയിലിരിക്കുന്ന മാഡം ദയനീയമായി തൊട്ടടുത്തു നിൽക്കുന്ന ചിലങ്കയെ നോക്കുന്നു. അയാൾ അകത്തേക്ക് കയറിയതോടെ യോഗിയും സുഹൃത്തുക്കളും നിശബ്ദരായി. ഒരരികിൽ തലകുനിച്ച്, വിങ്ങി വിതുമ്പി നിൽക്കുന്ന ചിലങ്കയെ കണ്ടതോടെ റാമിന്റെ മനസ്സ് ഒന്ന് പിടഞ്ഞുണർന്നു. അയാളറിയാതെ തന്നെ കാലുകൾ അവളുടെ അടുത്തേക്ക് ചലിച്ചു.

'ചിലങ്ക... എന്താ പറ്റിയത്?'

പരിചയമുള്ള സ്വരം കേട്ട് മുഖമുയർത്തിയ ചിലങ്ക തൊട്ടുമുന്നിൽ റാമിനെ കണ്ടതോടെ അതുവരെ പിടിച്ചു നിർത്തിയ സങ്കടം അണപൊട്ടിയൊഴുകി.

'ഞാൻ... ഞാൻ ഒന്നും ചെയ്തിട്ടില്ല...'

പറയുന്നതോടൊപ്പം തന്നെ കണ്ണീർ കവിളുകളെ നനച്ച് കഴുത്തിലേക്ക് ഒഴുകിയിറങ്ങി കഴിഞ്ഞിരുന്നു.

റാം തലതിരിച്ച് യോഗിയെയും സുഹൃത്തുക്കളെയും നോക്കി. സ്ഥലത്തെ പ്രധാന റൗഡി ഗ്യാങ്ങിൽ പെട്ടവരാണ് നാലുപേരും. തന്നെ കണ്ടതോടെ അവർക്കുണ്ടായ ഭാവമാറ്റം ശ്രദ്ധിച്ചുകൊണ്ട് അയാൾ അവർക്കരികിലേക്ക് ഒരു കസേര വലിച്ചിട്ടിരുന്നു.

' ഇക്കടെ ഏൻ ജൊരുകുത്തുന്നോ?' (ഇവിടെ എന്താണ് നടക്കുന്നത്?)

വർദ്ധിച്ചുവരുന്ന നെഞ്ചിടിപ്പ് അടക്കിപ്പിടിച്ചു കൊണ്ട് അവരുടെ സംസാരം കേട്ടു ചിലങ്ക ഒന്നും മനസ്സിലാവാതെ നിന്നു.പുറത്ത് കൂടി നിൽക്കുന്ന ആളുകൾക്കിടയിൽ നയനയും ആകെ പേടിച്ചരണ്ട് നിന്നു. പ്രീതയും മെർലിനും ഹോസ്റ്റലിൽ നിന്ന് ഇനിയും എത്തിയിട്ടില്ല. സംസാരത്തിനിടയിൽ റാം അതിശയത്തോടെ തന്നെ നോക്കുന്നത് കൂടി കണ്ടതോടെ ദേഷ്യവും സങ്കടവും കൊണ്ട് ചിലങ്കയുടെ മുഖം ഒന്നുകൂടി ചുവന്നു. അവൻ എഴുന്നേറ്റ് അടുത്ത് ചെന്ന് ചോദിച്ചു.

'അവന്മാർ എന്താ ഇന്നലെ ചോദിച്ചത്?'

'അത് എന്തോ കളവാലി എന്നോ മറ്റോ ആണ്. പ്രീത പറഞ്ഞു അതിന്റെ അർത്ഥം കാണണം എന്നാണെന്ന്. അതുകൊണ്ടാ ഞാനിന്നു വരാൻ പറഞ്ഞത്. ഫീസടക്കാൻ ആണെന്നാണ് ഞങ്ങൾ കരുതിയത്.'

വിതുമ്പി കൊണ്ട് മുഖം കൂർപ്പിച്ചു പിടിച്ചു പറയുന്ന ചിലങ്കയുടെ ഭാവം കണ്ടു റാം അറിയാതെ പൊട്ടിച്ചിരിച്ചു പോയി.

' എന്റെ കൊച്ചേ അവന്മാര് നിന്നെ മനപ്പൂർവ്വം പെടുത്തിയതാ. ആവാക്കിന് ഡബിൾ മീനിങ് ആണ്. നമ്മുടെ നാട്ടിലൊക്കെ നിന്നെയൊന്നു കാണാൻ എത്ര തരണം? എന്ന് ചോദിക്കുന്നത് കേട്ടിട്ടില്ലേ, അതുപോലെ. ഇതിന് പിന്നിലെ കളികളൊക്കെ വേറെയാണ്. അത് ഞാൻ പിന്നെ പറഞ്ഞുതരാം. തൽക്കാലം താൻ ക്ലാസിലേക്ക് ചെല്ല് ഇത് ഞാൻ നോക്കിക്കൊള്ളാം.'

കേട്ടതു പാതി കേൾക്കാത്തത് പാതി ചിലങ്ക ഇറങ്ങി ഓടി. പുറത്തു നിൽക്കുന്ന നയനയുടെ കയ്യിൽ പിടിച്ചാണ് അവൾ ഓടിയത്. ഓട്ടത്തിനിടയിൽ നയന ചോദിച്ചു.

'എന്താ സംഭവം? അവൻ എന്താ പറഞ്ഞത്? '

'കുന്തം. ആ പ്രീതയെ കിട്ടിയാൽ മടല് വെട്ടി അടിക്കും ഞാൻ.'

പിന്നീട് അന്ന് വൈകുന്നേരം വരെയും ഓഫീസിന്റെ ഭാഗത്തേക്ക് ചിലങ്ക പോയില്ല.

റാം സാറും അവരും തമ്മിൽ അത്യാവശ്യം നല്ല ബഹളം ഉണ്ടായെന്നും സാർ അവരെ ഇറക്കിവിട്ടെന്നും മറ്റു ടീച്ചർമാർ പറഞ്ഞാണ് അവളറിഞ്ഞത്. വൈകുന്നേരം ഹോസ്റ്റലിൽ എത്തി കുളി കഴിഞ്ഞ് തലയിൽ തോർത്തു ചുറ്റി കൊണ്ട് ഇറങ്ങുമ്പോഴാണ് അവളുടെ ഫോൺ എടുത്തു കൊണ്ട് നയന വന്നത്.

'സേവ് ചെയ്യാത്ത നമ്പറിൽ നിന്ന് രണ്ടു മൂന്നു പ്രാവശ്യമായി കോൾ വരുന്നു.'

ചിലങ്ക ഫോൺ എടുത്ത് കുറച്ച് സമയം ആ നമ്പറിലേക്ക് തന്നെ

നോക്കി നിന്നു. തിരിച്ചുവിളിക്കാനുള്ള ധൈര്യം അവൾക്കുണ്ടായിരുന്നില്ല. അപ്പോഴേക്കും ഫോൺ വീണ്ടും റിംഗ് ചെയ്തു. ചെറിയൊരു പതർച്ചയോടെ അവൾ കോൾ ബട്ടൺ പ്രസ് ചെയ്തു.

'ചിലങ്ക... ഞാനാണ് റാം.'

പെട്ടെന്ന് അവൾക്ക് അടിവയറ്റിൽ നിന്ന് ഒരു ആളൽ മുകളിലേക്ക് പാഞ്ഞുകയറി നെഞ്ചിൽ വന്നമർന്നത് പോലെ തോന്നി. എന്താണ് പറയേണ്ടത് എന്നറിയാതെ അവൾ പരുങ്ങി നിന്നു. രാവിലത്തെ സംഭവത്തിൽ നന്ദി പറയണോ? വീണ്ടും ആ സംഭവം അദ്ദേഹത്തെ ഓർമ്മിപ്പിക്കണോ?

'ചിലങ്ക, താൻ കേൾക്കുന്നില്ലേ?'

'ഉണ്ട് സർ. പറഞ്ഞോളൂ.'

'പ്രത്യേകിച്ച് ഒന്നുമില്ല, താൻ തൽക്കാലം കുറച്ചുദിവസത്തേക്ക് പുറത്തെങ്ങും പോകേണ്ട.'

'അതെന്താ ഇപ്പോൾ എനിക്കു മാത്രം ഒരു സ്പെഷ്യൽ?'

അവൾക്ക് കുറേശ്ശെ ദേഷ്യം വരുന്നുണ്ടായിരുന്നു..

'നിന്നോട് മാത്രമല്ല, നിങ്ങൾ നാലുപേരും പോകണ്ട. മാഡം ഒന്ന് സ്ഥലത്തെത്തട്ടെ. അതിനുശേഷം ആലോചിക്കാം ബാക്കി കാര്യങ്ങൾ. നിങ്ങൾക്ക് ശത്രുക്കളുണ്ട് പുറത്ത് എന്ന് ഇപ്പോൾ മനസ്സിലായില്ലേ?'

ചിലങ്കയും അത് തന്നെയായിരുന്നു ആലോചിച്ചത്.

'അതെന്താ സാർ അങ്ങനെ? ഞങ്ങൾ ഇവിടെ പുതുതായി വന്നവരല്ലേ. എന്നിട്ടും ഞങ്ങളോട് എന്തിനാണവർക്ക് ശത്രുത?'

'എന്റെ കുട്ടീ... തന്നെക്കാൾ മുന്നേ ഇവിടെ ഒരു ഡാൻസ് ടീച്ചർ വന്നിരുന്നു. അവർ ഇവിടെയെത്തി കുറച്ചു ദിവസം കഴിഞ്ഞപ്പോഴാണ് കൊറോണ കാരണം സ്കൂളുകൾ അടച്ചത്. ആ സമയത്ത് മാഡം നാട്ടിൽ ആയിരുന്നു. മൂന്നു മാസത്തെ ലീവ് കഴിഞ്ഞ് മാഡം തിരിച്ചെത്തിയ അന്ന് രാത്രി തന്നെ അവരുടെ മുറിയിൽ വെച്ച് യോഗിയെയും അവരെയും ആയമ്മ അരുതാത്ത സാഹചര്യത്തിൽ കയ്യോടെ മാഡത്തിന് പിടിച്ചു കൊടുത്തു. ആ ടീച്ചർ വിവാഹിതയായിരുന്നു. അതുകൊണ്ടുതന്നെ മാഡം തൊട്ടടുത്ത ദിവസം അവരുടെ ഭർത്താവിനെ വിളിച്ചുവരുത്തി കാര്യങ്ങൾ പറഞ്ഞു തിരിച്ചയച്ചു. ബാക്കി എന്തായെന്നറിയില്ല. പക്ഷേ ഇപ്പോൾ തോന്നുന്നു അതിന്റെ ബാക്കിപത്രമാണ് തന്നോടുള്ള ഈ ശത്രുത എന്ന്. ഇനി അതല്ല മറ്റെന്തെങ്കിലുമാണെങ്കിൽ നമുക്ക് കണ്ടുപിടിക്കാം. താൻ സമാധാനമായിരി.'

'അല്ലെങ്കിലും ഇപ്പോൾ എനിക്ക് പേടിയൊന്നും ഇല്ല. '

പെട്ടെന്നുള്ള ചിലങ്കയുടെ മറുപടി കേട്ട് റാം കുറുമ്പോടെ ചോദിച്ചു.

'അതെന്താ തനിക്ക് പേടി ഇല്ലാത്തത്? ഞാൻ എപ്പോഴും ഓടി വരുമെന്ന ധൈര്യം കൊണ്ടാണോ?'

അബദ്ധം പറ്റിയത് പോലെ ഫോൺ കട്ട് ചെയ്തു നാക്ക് കടിച്ചുകൊണ്ട് ചിലങ്ക ഫോൺ നെഞ്ചിലേക്ക് ചേർത്തുപിടിച്ചു ചുവരിലേക്ക് ചാരി നിന്നു. അവളുടെ ഹൃദയം അതിദ്രുതം മിടിക്കുന്നുണ്ടായിരുന്നു. തിരിച്ചറിയാനാവാത്ത ഒരു വികാരം തന്നിൽ അടിമുടി പടരുന്നത് അവൾക്ക് അനുഭവിച്ചറിയാൻ കഴിഞ്ഞു. താൻ പറഞ്ഞത് റാംസാർ ഏതർത്ഥത്തിലാണ് എടുത്തിട്ടുണ്ടാവുക എന്നാണ് അവൾ അപ്പോൾ ചിന്തിച്ചത്.

അധ്യായം 6

സ്കൂൾ ആനിവേഴ്സറി ആയിരുന്നു അന്ന്. വൈകുന്നേരം ആറ് മണിക്കാണ് കലാപരിപാടികൾ ആരംഭിക്കുന്നത്. കഴിഞ്ഞ കുറച്ച് ദിവസങ്ങളായി ചിലങ്ക ഇരിക്കാൻ പോലും സമയമില്ലാത്ത വിധം തിരക്കിലാണ്. പതിനേഴോളം ഡാൻസ് ഐറ്റംസ് ആണ് അവളുടെ കീഴിൽ മാത്രമായി അണിയറയിൽ ഒരുങ്ങുന്നത്. മറ്റു ടീച്ചർമാരുടെത് വേറെയുമുണ്ട്. കുട്ടികൾ പല ക്ലാസ് റൂമുകളിൽ അവസാനഘട്ട പരിശീലനത്തിലാണ്. ചിലങ്കയുടെ ഭരതനാട്യത്തോടെയാണ് കലാപരിപാടികളുടെ തുടക്കം. സ്ഥലം എംഎൽഎ ആണ് മുഖ്യാതിഥി. ഇന്ത്യയിലെ തന്നെ ഒന്നാം നിലയിലേക്ക് വളർന്നുവരുന്ന ബിസിനസ്സുകാരനും അറിയപ്പെടുന്ന പാർട്ടി പ്രവർത്തകനുമായ റാം ബാബു ആണ് ഉദ്ഘാടകൻ. സ്കൂൾ ഫണ്ടിലേക്ക് ഏറ്റവും കൂടുതൽ സംഭാവന തരുന്ന രക്ഷിതാവ് എന്നതിലുപരി വളർന്നുവരുന്ന ഒരു പാർട്ടി പ്രവർത്തകൻ എന്ന റാമിന്റെ ഇമേജ് തന്റെ സ്കൂളിന് ഏറ്റവും ഗുണംചെയ്യുമെന്ന് മറ്റാരെക്കാളും റജീന മാഡത്തിന് അറിയാമായിരുന്നു. അതുകൊണ്ട് തന്നെ അദ്ദേഹത്തെയും ഭാര്യയെയും അവർ നേരിട്ട് തന്നെ ചെന്ന് ക്ഷണിക്കുകയുണ്ടായി.

സമയം 5 മണി കഴിഞ്ഞിരുന്നു. ഗ്രീൻ റൂമിൽ ഒരുങ്ങി കൊണ്ടിരുന്ന ചിലങ്കയുടെ അരികിലേക്ക് നയനയും മെർലിനും തിടുക്കത്തിൽ നടന്നു ചെന്നു. കേരള സാരിയാണ് ടീച്ചർമാരുടെ വേഷം. അവർ രണ്ടുപേരും നന്നായി അണിഞ്ഞൊരുങ്ങി തല നിറയെ മുല്ലപ്പൂ ചുറ്റിയിരുന്നു.

'ഡാ... നീ കണ്ടായിരുന്നോ? റാം സാറിന്റെ വൈഫ് വന്നിട്ടുണ്ട്.'

ചിലങ്കയുടെ ഉള്ളിൽ എന്തിനെന്നറിയാത്ത ഒരു അസ്വസ്ഥത നിറഞ്ഞു. അവൾ അവരെ ശ്രദ്ധിക്കാതെ കണ്ണാടിയിൽ നോക്കി പുരികം ഒന്നുകൂടി ഷേപ്പ് ചെയ്തു കൊണ്ട് പറഞ്ഞു.

'മോളുടെ ഡാൻസ് ഉള്ളതല്ലേ! ഒരുക്കേണ്ടത് കൊണ്ട് നേരത്തെ വന്നതാവാം.'

'സാർ എംഎൽഎയുടെ കൂടെയേ വരികയുള്ളൂ. ഇവരുടെ കൂടെ കുറച്ച് പരിവാരങ്ങളുണ്ട്. നല്ല ജാഡ ആണ്. ഞങ്ങൾ ചിരിച്ചിട്ട് മുഖത്തു

പോലും നോക്കിയില്ല. ഗർഭിണി ആണെന്നല്ലേ കേട്ടത് പക്ഷേ വയർ ഒട്ടുമില്ല. ഒന്നോരണ്ടോ മാസമേ ആയിട്ടുള്ളൂ എന്നു തോന്നുന്നു.'

'എന്തേലും ആകട്ടെ നിങ്ങൾ പോയി കുട്ടികളുടെ ഒരുക്കങ്ങൾ നോക്കൂ.'

മെർലിനും നയനയും പോയതോടെ ചിലങ്ക കസേരയിലേക്ക് ഒന്നു ചാഞ്ഞിരുന്നു. അവളുടെയുള്ളിൽ തിരിച്ചറിയാനാകാത്ത എന്തൊക്കെയോ വികാരങ്ങൾ മിന്നിമറയുന്നുണ്ടായിരുന്നു. അവളെ ഒരുക്കി കൊണ്ടിരുന്ന സ്ത്രീ അവസാനഘട്ടമായ പൂവു ചൂടിക്കൽ കൂടി കഴിഞ്ഞതിനുശേഷം കുട്ടികളെ ഒരുക്കുന്ന ഭാഗത്തേക്ക് പോയി. ആ വലിയ ഹാൾ മൊത്തം ലിപ്സ്റ്റിക്കിന്റെയും റോസ് പൗഡറിന്റെയും ഗിൽറ്റിന്റെയും പുതു വസ്ത്രങ്ങളുടെയും ഗന്ധത്താൽ കുഴഞ്ഞു കിടന്നു.

ഒരുക്കങ്ങൾ എല്ലാം കഴിഞ്ഞു നയനയോടൊപ്പം സ്റ്റേജിന് പുറകിലേക്ക് നടക്കുമ്പോഴാണ് ചിലങ്ക അനസൂയ മാഡത്തിനെ കണ്ടത്. അവർക്കു പിറകിൽ ആഗ മോളുടെ കൈയും പിടിച്ച് ഒരു മധ്യവയസ്കയായ സ്ത്രീ ഉണ്ടായിരുന്നു. അവർക്ക് നല്ല ഉയരമുണ്ടായിരുന്നു. സ്ത്രീ ലക്ഷണങ്ങളെക്കാൾ പുരുഷലക്ഷണം തികഞ്ഞ ഒരു സ്ത്രീയായിരുന്നു അനസൂയ മാഡം. തൊട്ടു മുന്നിൽ എത്തിയപ്പോൾ അവരോട് തലയുയർത്തി ചിരിക്കാൻ ചിലങ്ക ശ്രമിച്ചെങ്കിലും യുദ്ധം ജയിച്ചു വന്ന മഹാറാണിയുടെ ഗാംഭീര്യത്തോടെ തലയുയർത്തിപ്പിടിച്ച് അവരെ തീർത്തും അവഗണിച്ച് ആറടി ഉയരത്തിൽ വെളുത്തു മെലിഞ്ഞ, മയിൽനീല പട്ടുസാരിയിൽ പൊതിഞ്ഞ ആ ശരീരം മുന്നോട്ടേക്ക് നടന്നു പോയി. അവർ സ്റ്റേജിനരികിലെത്തുമ്പോൾ മുഖ്യാതിഥി പ്രസംഗിക്കുകയായിരുന്നു. മറ്റു വിശിഷ്ടാതിഥികൾക്കൊപ്പം സ്റ്റേജിൽ ഇരുന്ന റാമിൽ അവളുടെ കണ്ണുകൾ ഉടക്കി. അയാൾ തന്നെത്തന്നെയാണ് നോക്കി നിൽക്കുന്നത് എന്ന് കണ്ടതോടെ ഒരു പിടച്ചിലോടെ അവൾ കണ്ണുകൾ താഴ്ത്തി കളഞ്ഞു. അവളുടെ ഹൃദയം അതിദ്രുതം മിടിച്ചു തുടങ്ങിയിരുന്നു..

റാമിന്റെ അവസ്ഥയും വ്യത്യസ്തമായിരുന്നില്ല. എത്ര കണ്ടിട്ടും മതിയാകാത്ത ഒരു മനോഹരചിത്രം പോലെയാണ് അയാൾക്ക് അവളെ നോക്കുമ്പോഴെല്ലാം അനുഭവപ്പെട്ടത്.

പഴുക്കാ മഞ്ഞയും മെറൂണും കലർന്ന ഭരതനാട്യ വസ്ത്രം അവളുടെ നിറത്തിന് നന്നേ ഇണങ്ങി. നീട്ടി എഴുതിയ കണ്ണുകളും ചുവപ്പിച്ച ചുണ്ടുകളും ആഭരണങ്ങളും തല നിറയെ മുല്ലപ്പൂവുമായി ഒരു നവവധുവിന്റെ പ്രൗഢിയോടെ അവൾ നിന്നു. അയാളുടെ കണ്ണുകൾ തന്നിലേക്കെത്തുമ്പോൾ നേർത്ത ലജ്ജയോടെ തലകുനിച്ചു.

ഉദ്ഘാടന ചടങ്ങിനുശേഷം കലാപരിപാടികൾ ആരംഭിക്കുകയായിരുന്നു. വിശിഷ്ടാതിഥികളിൽ ചിലരും എംഎൽഎയും തിരക്കുകാരണം പോയെങ്കിലും റാം അടക്കം മറ്റു ചിലർ കലാപരിപാടികൾ കാണുവാനായി സ്റ്റേജിനു മുന്നിൽ തന്നെ അവർക്കുവേണ്ടി തയ്യാറാക്കിയിരുന്ന വിഐപി സീറ്റിലേക്ക് പോയി. മീരാ ഭജൻ ആണ് അന്ന് ചിലങ്ക ആടിയത്. ലാസ്യവും പ്രണയവും ഭക്തിയും മാറി മാറി വിരിയുന്ന അവളുടെ കണ്ണുകളുടെ അഗാധതയിലേക്ക് താൻ പോലുമറിയാതെ അയാൾ അലിഞ്ഞു ചേർന്നു പോയി. സർവ്വവും വിസ്മരിച്ചാടുന്ന അവളുടെ നടന വൈഭവത്തിനു മുന്നിൽ റാം ഹൃദയംകൊണ്ട് ശിരസ്സ് നമിച്ചു. എത്രയേറെ കഴിവുള്ള കുട്ടിയാണവൾ എന്നയാൾ ആത്മഹർഷത്തോടെ ചിന്തിച്ചു. നൃത്തമാടി തീർന്നതും ജനങ്ങൾ കരഘോഷം മുഴക്കി. ഇതൊന്നും അയാൾ അറിഞ്ഞതേയില്ല. അയാളുടെ മുന്നിൽ അവൾ നിറഞ്ഞൊഴുകുകയായിരുന്നു. മനോഹരിയായൊഴുകുന്ന ഒരു പുഴ പോലെ.

തൊട്ടടുത്തിരിക്കുന്ന സുഹൃത്ത് പ്രസാദിന്റെ ചോദ്യമാണ് അയാളെ ചിന്തയിൽ നിന്നും ഉണർത്തിയത്.

' ആ അമ്മായി എവര്? അബ്ബബ്ബോ. ഏൻട്രാ ആ സ്ട്രക്ചർ.. (ആ പെൺകുട്ടി ആരാണ്? എന്തൊരു ശരീരവടിവ് ആണവൾക്ക്)

നൃത്തം കഴിഞ്ഞ് ഇറങ്ങുന്നതിനിടയിൽ തിരിഞ്ഞുനോക്കിയ ചിലങ്ക കാണുന്നുണ്ടായിരുന്നു തന്നെ നോക്കി പുഞ്ചിരിച്ചു കൊണ്ടിരിക്കുന്ന റാമിന്റെ മുഖം മാറുന്നതും തനിക്കടുത്തിരിക്കുന്ന ആളോട് കോപത്തോടെ എന്തോ പറയുന്നതും.

കർട്ടനിടയിലൂടെ അതുതന്നെ ശ്രദ്ധിച്ചുകൊണ്ട് താഴേക്കുള്ള സ്റ്റെപ്പ് ഇറങ്ങാൻ തിരിഞ്ഞ അവൾ ചെന്നിടിച്ചത് അടുത്ത ഡാൻസിനു വേണ്ടി ഒരുക്കി കൊണ്ടുവന്ന് നിർത്തിയ എൽകെജി കുഞ്ഞുങ്ങളുടെ അരികിലേക്ക് കയറി വരികയായിരുന്ന ആരെയോ ആയിരുന്നു.

സ്റ്റേജിൽ നിന്നും തറയിലേക്ക് മൂന്ന് സ്റ്റെപ്പുകൾ ഉണ്ടായിരുന്നു. ചിലങ്ക ചെന്നിടിച്ച ആ സ്ത്രീ നേരെ തറയിലേക്കാണ് വീണത്. ഒറ്റ നിമിഷം കൊണ്ടാണ് അത് അനസൂയ മാഡം ആണെന്ന് അവൾക്ക് മനസിലായത്.

ഒരു നിലവിളിയോടെ അവൾ നിലത്തേക്ക് ചാടിയിറങ്ങി അവരെ പിടിച്ചുയർത്താൻ ശ്രമിച്ചു. അപ്പോഴേക്കും മറ്റു ടീച്ചർമാർ അങ്ങോട്ടേക്ക് ഓടി എത്തിയിരുന്നു.

ചിലങ്കയ്ക്ക് തന്റെ ദേഹം തളരുന്നത് പോലെ തോന്നി. ആരൊക്കെയോ അവരെ പിടിച്ചെഴുന്നേൽപ്പിച്ചു കസേരയിലിരുത്തി വെള്ളം കൊടു

ക്കുന്നത് കണ്ടു കൊണ്ട് അവൾ വെറും നിലത്ത് തളർന്നിരുന്നു.

പിന്നെയെല്ലാം പെട്ടെന്നായിരുന്നു. റാം സാറിന്റെ കാർ വന്നു നിർത്തുന്നതും അവരെ താങ്ങി പിടിച്ച് ആരൊക്കെയോ കാറിൽ കയറ്റുന്നതും കാർ പോകുന്നതും സ്റ്റേജിനു പിറകിലെ ഇരുട്ടിൽ ഇരുന്ന് അവൾ കണ്ടു. എല്ലാം കൊണ്ടും ഒന്നു ചലിക്കാൻ പോലുമാകാത്ത വിധം അവൾ തളർന്നു പോയിരുന്നു.

'ഈശ്വരാ. ഒന്നും പറ്റാതിരുന്നാൽ മതിയായിരുന്നു. അവർ പ്രഗ്നന്റ് അല്ലേ!'

പ്രീതയുടെ ശബ്ദമാണ് ചിലങ്കയെ സ്വബോധത്തിലേക്ക് തിരിച്ചു കൊണ്ടുവന്നത്. ഒരു ആശ്രയത്തിനു വേണ്ടി ചുറ്റും നോക്കി തളർന്നിരിക്കുന്ന അവളെ കണ്ട പ്രീതയ്ക്ക് വല്ലാതെ തോന്നി. അവൾ ചിലങ്കയ്ക്കരികിലിരുന്ന് അവളുടെ തോളിൽ കൈ വച്ചു. ഒറ്റനിമിഷം... ഒരു ആശ്രയത്തിന് കാത്തിരുന്നതുപോലെ ചിലങ്ക പ്രീതയുടെ കൈകളിലേക്ക് കുഴഞ്ഞുവീണു.

'എല്ലാവരും ഇവിടെ കൂടി നിൽക്കാതെ ബാക്കി കാര്യങ്ങൾ ശ്രദ്ധിക്കു. ചിലങ്കയെ തത്കാലം എവിടെയെങ്കിലും കിടത്ത്.'

പറയുന്നതോടൊപ്പം തന്നെ റെജീന മാഡം ചിലങ്കയെ താങ്ങി എണീപ്പിക്കാൻ ശ്രമിച്ചു.

സമയം അർദ്ധരാത്രി കഴിഞ്ഞിരുന്നു. കലാപരിപാടികൾ ഏറെക്കുറെ സമാപനത്തിലേക്കടുക്കുകയാണ്. ചിലങ്കയും പ്രീതയും മാത്രമേ ഹോസ്റ്റലിൽ ഉണ്ടായിരുന്നുള്ളു. ബാക്കിയുള്ളവരെല്ലാം ഓഡിറ്റോറിയത്തിലും സ്കൂളിലുമായി തിരക്കിലാണ്. വന്നപ്പോൾ മുതൽ ഫോണും കയ്യിൽ പിടിച്ച് ഒറ്റ ഇരിപ്പായിരുന്നു ചിലങ്ക. റാമിനെ വിളിച്ച് കാര്യങ്ങൾ അന്വേഷിക്കാനുള്ള ധൈര്യം അവൾക്ക് വന്നില്ല. പ്രീതയുടെ ഓരോ ആശ്വാസ വാക്കുകളും പ്രക്ഷുബ്ധമായ അവളുടെ മനസ്സിലാഞ്ഞടിക്കുന്ന തിരമാലകളിൽ വരച്ച ജലരേഖ പോലെ നിഷ്ഫലമായി.

വെറും നിലത്ത് ചുമരും ചാരി ഇരിക്കുന്ന ചിലങ്കയെ നോക്കി നിശബ്ദയായി ഇരിക്കുന്ന പ്രീതയുടെ ഫോണിൽ അപ്പോഴാണ് ഒരു മെസ്സേജ് വന്നത്. അവൾ പതുക്കെ ഫോൺ ഓപ്പൺ ചെയ്തു നോക്കി. നയനയുടെ മെസ്സേജ് ആണ്.

'അനസൂയ മാഡത്തിനെ വിജയവാഡ ഹോസ്പിറ്റലിലേക്ക് മാറ്റി. യൂട്രസിന് ശേഷിക്കുറവുള്ളതുകൊണ്ട് ആ വീഴ്ചയിൽ തന്നെ അബോർഷനായി എന്നാണറിഞ്ഞത്. തൽക്കാലം ചിലങ്കയോട് പറയേണ്ട.'

ഒന്നും സംഭവിക്കാത്തതുപോലെ ഫോൺ സ്ക്രോൾ ചെയ്തുകൊണ്ട് പ്രീത പതുക്കെ ചിലങ്കയെ നോക്കി. ഫോണും കയ്യിൽ പിടിച്ച് കരഞ്ഞു തളർന്ന മുഖവുമായി ഏതോ ആലോചനയിൽ മുഴുകി ഇരിക്കുന്ന ചിലങ്കയെ കണ്ടു പ്രീതയ്ക്ക് സഹതാപം തോന്നി.

'പാവം. ഇനി എന്തൊക്കെ പ്രശ്നങ്ങളാണോ ഉണ്ടാകാൻ പോകുന്നത്!'

അധ്യായം 7

ദിവസങ്ങൾ കടന്നു പോയി കൊണ്ടിരുന്നു. അന്നത്തെ സംഭവം കഴിഞ്ഞ് ഒരാഴ്ച തികയുകയാണ്. ചിലങ്കയെ അതിന്റെ പേരിൽ ആരും കുറ്റപ്പെടുത്തുകയോ, കുത്തി പറയുകയോ ചെയ്തില്ല. പിന്നീട് ആഗ മോളും ക്ലാസിൽ വന്നിട്ടില്ല. അത് അവരുടെ വിധി എന്ന രീതിയിലാണ് എല്ലാവരും സംസാരിച്ചത്. എങ്കിലും ചിലങ്കയുടെ ഉള്ളിൽ മാത്രം വല്ലാത്തൊരു വേദന നിറഞ്ഞുനിന്നു. അറിയാതെയെങ്കിലും ഒരു കുഞ്ഞിന്റെ മരണത്തിന് കാരണക്കാരി ആയല്ലോ!

അതവൾക്ക് സഹിക്കാൻ കഴിഞ്ഞില്ല.

പല രാത്രികളിലും നിദ്ര അവളെ കടാക്ഷിച്ചതേയില്ല.

പിന്നീട് അടുത്ത തിങ്കളാഴ്ച രാവിലെ തികച്ചും അപ്രതീക്ഷിതമായി ആഗ മോളെയും കൊണ്ട് റാം കയറിവരുന്നത് ചിലങ്ക കണ്ടെങ്കിലും അവൾ പെട്ടെന്ന് തന്നെ തൊട്ടു പുറകിലെ ക്ലാസ് മുറിയിലേക്ക് മാറിക്കളഞ്ഞു. മനപ്പൂർവ്വം ഒന്നും ചെയ്തിട്ടില്ലെങ്കിലും എന്തുകൊണ്ടോ അവൾക്ക് അയാളെ ഫേസ് ചെയ്യാൻ കഴിയുന്നുണ്ടായിരുന്നില്ല. കുഞ്ഞിനെ ആയമ്മയുടെ കയ്യിൽ ഏൽപ്പിച്ചു തിരിഞ്ഞു നടക്കുന്നതിനിടയിൽ അയാളുടെ കണ്ണുകൾ തിരയുന്നത് തന്നെയാണെന്ന് അവൾക്ക് അറിയാമായിരുന്നു. ഓഫീസിന് പുറത്ത് ഡ്രൈവറോട് സംസാരിച്ച് നിൽക്കുകയായിരുന്ന മാഡം റാമിനെ കണ്ടതോടെ പെട്ടെന്ന് തന്നെ അയാളുടെ അടുത്തേക്ക് നടന്നു ചെന്നു. അവർ തമ്മിൽ സംസാരിക്കുന്നതും നോക്കി വർദ്ധിച്ചുവരുന്ന ഹൃദയമിടിപ്പ് നിയന്ത്രിച്ചുകൊണ്ട് ചിലങ്ക നിശബ്ദയായി ജനലിനു പിറകിൽ നിന്നു. കുറച്ചു സമയം സംസാരിച്ച ശേഷം റാം കാറിൽ കയറി പോയതോടെ ചിലങ്ക തിടുക്കത്തിൽ മാഡത്തിന് അടുത്തേക്ക് ചെന്നു.

'റാം സാറിന്റെ വൈഫ് ഡിസ്ചാർജ് ആയി വന്നത്രെ. കുറച്ചു കോംപ്ലിക്കേഷൻസ് ഉണ്ടായിരുന്നു അതുകൊണ്ടാണ് ഇത്രയും ദിവസം അവിടെ കിടക്കേണ്ടി വന്നത് എന്നാണ് അദ്ദേഹം പറഞ്ഞത്.'

ചിലങ്ക വന്നത് എന്തിനാണെന്ന് മനസ്സിലാക്കി മാഡം പെട്ടെന്ന് തന്നെ അവളോട് കാര്യം പറഞ്ഞു. ഈ ഒരാഴ്ച കൊണ്ട് അവൾക്ക് വന്ന മാറ്റം

മാഡത്തിനെയും വല്ലാതെ വിഷമിപ്പിക്കുന്നുണ്ടായിരുന്നു.

മുഴുവൻ സമയവും കളിചിരികളും ആയി കുട്ടികളോടൊപ്പം നടക്കാൻ ഇഷ്ടപ്പെടുന്ന പെൺകുട്ടി ആയിരുന്നു. പക്ഷേ ഇപ്പോൾ സദാസമയവും എവിടെയെങ്കിലും ഒരരികിലിരുന്നു, എന്തെങ്കിലും ആലോചിച്ചു സ്വയം മറന്നു.... അവളുടെ കണ്ണുകൾ നിറഞ്ഞു തുടങ്ങുന്നത് കണ്ട് അവർ അവളുടെ ചുമലിൽ കൈവെച്ചു കൊണ്ട് പറഞ്ഞു.

'ബീ പ്രാക്ടിക്കൽ, താൻ ഇങ്ങനെ ഒരു മണ്ടി ആവരുത്. അന്നത്തെ സംഭവം തികച്ചും യാദൃശ്ചികം ആയിരുന്നു എന്ന് നമുക്കെല്ലാവർക്കും അറിയാം. ഇപ്പോൾ റാമും അതാണ് പറഞ്ഞത്. അവരുടെ വിധി നടപ്പിലാക്കാൻ നീ ഒരു നിമിത്തമായി എന്നു മാത്രം. നിന്നിലൂടെ അല്ലെങ്കിൽ മറ്റൊരു വിധത്തിൽ അത് സംഭവിച്ചേനെ. അതുകൊണ്ട് ഇനിയെങ്കിലും കഴിഞ്ഞതെല്ലാം മറന്ന് പഴയതുപോലെ സ്മാർട്ടായി കാര്യങ്ങൾ നോക്കൂ.'

ചിലങ്ക നിശബ്ദയായി ക്ലാസിലേക്ക് തിരിഞ്ഞുനടന്നു . കുറ്റബോധത്തോടെയാണെങ്കിലും മനസ്സിനെ കാര്യങ്ങൾ പറഞ്ഞു മനസ്സിലാക്കാൻ ശ്രമിക്കുകയായിരുന്നു അവൾ. കഴിഞ്ഞതെല്ലാം ഒരു സ്വപ്നം പോലെ മറന്നുകളയാൻ കഴിഞ്ഞിരുന്നെങ്കിൽ എന്ന് പ്രാർത്ഥിച്ചു കൊണ്ടാണ് അവൾ ക്ലാസ്സ് ആരംഭിച്ചത്.

അന്നുച്ചയോടെ ക്ലാസ്സ് കഴിഞ്ഞു വന്ന് ഹോസ്റ്റലിന് പുറത്തിരുന്നു നാലുപേരും സംസാരിച്ചു കൊണ്ടിരിക്കുമ്പോഴാണ് പോസ്റ്റുമാൻ വന്നു നയനക്ക് ഒരു പാർസൽ കൊടുത്തത്. ഫ്രം അഡ്രസ്സ് ഇല്ലാത്തതുകൊണ്ട് തന്നെ നയന സംശയത്തോടെയാണ് അത് ഒപ്പിട്ടു വാങ്ങിയത്. കൗതുകത്തോടെ പെൺകുട്ടികൾ മൂന്നുപേരും അവൾക്ക് ചുറ്റും കൂടി. അതൊരു ആൻഡ്രോയ്ഡ് മൊബൈൽ ഫോൺ ആയിരുന്നു. സാംസങ്ങ് പുതിയ വേർഷൻ. നയനയുടെ മുഖത്ത് അതിശയവും സംശയവും ഒരേ സമയം മാറിമാറി പ്രതിഫലിച്ചു.

' നീ ഫോൺ നാട്ടിൽ ഉപേക്ഷിച്ചാണ് വന്നതെന്ന് ആർക്കൊക്കെ അറിയാം എന്ന് ഒന്ന് ആലോചിച്ചു നോക്കൂ. അത് അറിയുന്ന ആരോ അയച്ചതാവും.'

പ്രീതിയുടെ ചോദ്യംകേട്ട് നയന ആലോചനയോടെ മറുപടി പറഞ്ഞു.

'വീട്ടിൽ ആരും ആകാൻ സാധ്യതയില്ല. ഇത്രയും വിലയുള്ള ഫോൺ വാങ്ങാനുള്ള പണം അച്ഛന്റെയോ അമ്മയുടെയോ ചേച്ചിയുടെയോ കയ്യിലില്ല.'

അവൾ ഫോണിന്റെ കവർ തുറന്നപ്പോൾ അതിൽ നിന്നും ഒരു ചെറിയ കടലാസുകഷണം താഴേക്ക് വീണു.

ചിലങ്ക തിടുക്കത്തിൽ അതെടുത്തു നിവർത്തി.

'മറക്കാൻ പറഞ്ഞു മാഞ്ഞുപോകാൻ നിനക്കെളുപ്പമായിരിക്കാം. പക്ഷേ ഞാൻ മരിച്ചുകൊണ്ടിരിക്കുകയാണ്. ആ ഫോണിൽ ഒരു നമ്പർ സേവ് ചെയ്തിട്ടുണ്ട്. അതിൽ ഞാനുണ്ട്. ഒന്നു വിളിക്കുമോ?'

ചിലങ്കയുടെ പുറകിൽ നിന്ന് നിശബ്ദരായി ആ വരികൾ വായിച്ചു കൊണ്ടിരുന്ന മൂന്നുപേരും നയനയെ നോക്കി. കടലാസ് പിടിച്ചുവാങ്ങി ആ പേപ്പറിൽ നിന്നും മുഖമുയർത്താതെ അതേ നിൽപ്പായിരുന്നു അവൾ. കണ്ണുനീർത്തുള്ളികൾ പേപ്പറിൽ വന്നു വീഴുന്നത് കണ്ടു ചിലങ്ക അവളെ കൈ പിടിച്ചു അരികിലുള്ള കസേരയിലിരുത്തി. കൂട്ടുകാരികൾ മൂന്നു പേരെയും പകച്ചു നോക്കിയ നയന ഒരു നിമിഷത്തെ നിശബ്ദതയ്ക്ക് ശേഷം പരിസരം മറന്നു പൊട്ടിക്കരഞ്ഞു. മെർലിനും പ്രീതയ്ക്കും ചിലങ്കക്കും ഒന്നും പറയാൻ കഴിഞ്ഞില്ല. ആ ഒരു നിമിഷത്തെ നയനയുടെ വേദനയെ മറികടക്കാൻ അവരുടെ കയ്യിലുള്ള വാക്കുകൾ മതിയാവില്ല എന്നതാണ് സത്യം. കരച്ചിലിനിടയിലൂടെ നയന പിറുപിറുത്തു.

'ജിത്തുവിന് എന്തോ പറ്റിയിട്ടുണ്ട്. എനിക്കു പേടിയാവുന്നു. ഇങ്ങനെ ആദ്യമായിട്ടാണ്.'

അവളുടെ വിതുമ്പൽ കണ്ടുകൊണ്ട് നിന്ന പ്രീത പെട്ടെന്ന് തന്നെ എഴുന്നേറ്റ് ഫോൺ സ്വിച്ച് ഓൺ ചെയ്തു കൊണ്ട് നയനയുടെ നേർക്ക് നീട്ടി.

'ഇതിലെ നമ്പറിൽ വിളിച്ചു നോക്കൂ. ഇപ്പോൾ വാശി പിടിക്കേണ്ട സമയമല്ല.'

തിടുക്കത്തിൽ ഫോൺ പിടിച്ചുവാങ്ങി കോൾ ബട്ടൺ പ്രസ്സ് ചെയ്യുന്ന നയനയെ നോക്കി അവളെക്കാൾ ടെൻഷനോടെ കൂട്ടുകാരികൾ മൂന്നു പേരും അവൾക്കു ചുറ്റും ഇരുന്നു. അപ്പുറത്ത് കോൾ കണക്റ്റ് ആയി നയനാ... എന്ന വിളി കേട്ടതോടെ ചിലങ്കയെയും മർലിനെയും കണ്ണു കൊണ്ടു അകത്തേക്ക് വരാൻ വിളിച്ച് പ്രീത എഴുന്നേറ്റ് റൂമിലേക്ക് നടന്നു. മറ്റുള്ള രണ്ടുപേരും അവളെ അനുഗമിച്ചു. അവർക്കറിയാമായിരുന്നു ഈ സമയത്ത് അവളെ തനിച്ചു വിടുകയാണ് വേണ്ടതെന്ന്.

വിതുമ്പിക്കൊണ്ട് ഫോണും ചെവിയോടു ചേർത്തു പിടിച്ച് സംസാരിക്കുന്ന നയനയെയും നോക്കിക്കൊണ്ട് ചിലങ്ക സോഫയിൽ ചാരിയിരുന്നു. അവൾ ആലോചിക്കുകയായിരുന്നു. പ്രണയത്തിന് എന്തൊരു ശക്തിയാണ്. എത്രയേറെ മണ്ണിട്ടു മൂടിയാലും ആത്മാർത്ഥ സ്നേഹം മരണം വരെയും ജ്വലിച്ചുകൊണ്ടിരിക്കുന്നു. എത്രയേറെ വേദനയോടെ ആയിരിക്കും നയന അയാളെ മറന്നു കളഞ്ഞത്. പക്ഷേ അതിന്റെ ആയിര

മിരട്ടി ഇന്നും അയാളെ അവൾ സ്നേഹിച്ചു കൊണ്ടിരിക്കുന്നു.

അവരുടെ പ്രണയത്തിൽ സത്യം ഉള്ളതുകൊണ്ടാവാം അങ്ങനെ. പക്ഷേ...

തന്റെ മനസ്സിൽ ആദ്യമായി തോന്നിയ പ്രണയം എത്രവേഗമാണ് പൊഴിഞ്ഞു വീണത്. അതൊരു വലിയ കളവ് ആയതുകൊണ്ടാണോ ഒരുപക്ഷേ അങ്ങനെ സംഭവിച്ചത്. ചിന്തകളിൽ മുഴുകിയിരുന്ന അവരുടെ മുന്നിലേക്ക് പെട്ടെന്നാണ് നയന ഓടിക്കയറി വന്നത്.

'എനിക്ക് തിരിച്ചു പോണം. ജിത്തുവിന് നല്ല സുഖമില്ല. എത്രയും പെട്ടെന്ന് എനിക്കവിടെ എത്തണം.'

സ്ഥലകാല ബോധമില്ലാതെ സംസാരിക്കുന്ന അവളോട് പ്രീത ചോദിച്ചു.

'അദ്ദേഹം എവിടെയാണുള്ളത്?'

'ഇപ്പോൾ നാട്ടിലുണ്ട്. ദുബായിൽ ജോലി സ്ഥലത്ത് വെച്ച് ഒരു ആക്സിഡന്റ് ഉണ്ടായി. കാലിൽ പഴുപ്പ് കേറി, മുറിച്ചു കളയണം എന്നാണ് പറഞ്ഞത്. അടുത്ത ആഴ്ച ഓപ്പറേഷനാണ്. കാലില്ലാതെ അവിടെ ജോലിയിൽ തുടരാൻ കഴിയില്ല. അതുകൊണ്ട് ചികിത്സ നാട്ടിൽ മതിയെന്ന് തീരുമാനിച്ചു വന്നിരിക്കുകയാണ്. അവസാനമായി എന്നെ ഒന്ന് കാണണമെന്ന് പറഞ്ഞു കരയുന്നു. എനിക്ക് സഹിക്കാനാവുന്നില്ല. അവൻ സന്തോഷത്തോടെ ജീവിക്കാൻ വേണ്ടിയാണ് ഇത്രയേറെ വേദന ഞാൻ സഹിച്ചത്. പക്ഷേ ദൈവം അവന്റെ ജീവിതത്തിൽ നിന്ന് സന്തോഷം എന്ന വാക്കുതന്നെ എടുത്തുകളഞ്ഞു.'

വിങ്ങലോടെ പറഞ്ഞു കൊണ്ട് നയന അകത്തേക്ക് കയറി അലമാരയിൽ നിന്നും വസ്ത്രങ്ങൾ വാരി ബാഗിലേക്ക് നിറച്ചു. അതിശയത്തോടെ അവളെ നോക്കിക്കൊണ്ട് എന്തോ ഓർമ്മ വന്ന പ്രീത പെട്ടെന്ന് ചോദിച്ചു.

'നീ എന്താ ഈ കാണിക്കുന്നത്? നമുക്ക് ഒരു വർഷത്തെ എഗ്രിമെന്റ് ഉള്ളതല്ലേ? അങ്ങനെ ഇടയ്ക്കുവെച്ച് നിർത്തി പോകാൻ പറ്റില്ല. മാത്രമല്ല മാഡം ഒരു കാരണവശാലും സമ്മതിക്കുകയുമില്ല.

ജോലിയിൽ പ്രവേശിക്കുന്നതിനു മുൻപ് തന്നെ ഒരു വർഷത്തെ എഗ്രിമെന്റ് ഒപ്പിടണം എന്നത് മാനേജ്മെന്റ് നിയമങ്ങളിൽ ഒന്നായിരുന്നു. അതിൽ കൃത്യമായി രേഖപ്പെടുത്തിയിട്ടുണ്ട്. മാനേജ്മെന്റിന്റെ സമ്മതമില്ലാതെ ഒരു വർഷത്തിനുള്ളിൽ ജോലി മതിയാക്കി നാട്ടിലേക്ക് തിരിച്ചു പോകുന്ന സാഹചര്യമുണ്ടായാൽ മാനേജ്മെന്റ് ആവശ്യപ്പെടുന്ന തുക നഷ്ടപരിഹാരമായി നൽകേണ്ടി വരുമെന്ന്.'

'എനിക്ക് ആരുടെ സമ്മതവും വേണ്ട. ജീവനോടെ പോകാൻ പറ്റിയില്ലെങ്കിൽ എന്റെ ശവം എങ്കിലും ഞാൻ അവനെ കാണിക്കും. ഇവിടെ ഇനി ഞാൻ നിന്നിട്ട് ഒരു കാര്യവുമില്ല. ഒന്നും ചെയ്യാൻ കഴിയില്ല എനിക്ക്. കഴിക്കാനോ കുടിക്കാനോ ജോലിക്ക് പോകാനോ ഒന്നും, ഇന്നു രാത്രി ഒൻപത് മണിക്കുള്ള കേരള എക്സ്പ്രസ്സിൽ പൊയ്ക്കോളാം ഞാൻ.'

കല്ലുപോലുറച്ച അവളുടെ സംസാരം കേട്ട് ചിലങ്ക അതിശയത്തോടെ നോക്കി നിന്നുപോയി. കുറച്ചുസമയം അവളെ തന്നെ നോക്കി നിന്ന പ്രീത മൂവർ സംഘത്തിനോടായി പറഞ്ഞു.

'തൽക്കാലം അവൾ പായ്ക്ക് ചെയ്യട്ടെ ബാക്കി നമുക്ക് എന്നിട്ട് ആലോചിക്കാം.'

സമയം ആറുമണിയോടടുക്കുന്നു. മണിക്കൂറുകളാവുന്നു എന്താണ് ചെയ്യേണ്ടതെന്ന് ഒരു രൂപമില്ലാതെ നാലുപേരും മുഖത്തോടു മുഖം നോക്കി ഇരിപ്പ് തുടങ്ങിയിട്ട്. മാഡത്തിനെ വിളിച്ച് കാര്യം പറയാനുള്ള ധൈര്യം ആർക്കും ഉണ്ടായിരുന്നില്ല. പറയുന്നത് കൊണ്ട് ഒരു ഗുണവും ഉണ്ടാകില്ല എന്നുറപ്പുള്ളത് കൊണ്ടാണ് ആരും അതിനു തുനിയാതിരുന്നത്. നയനയാണെങ്കിൽ രണ്ടും കൽപ്പിച്ച ഭാവത്തിലാണ് ഇരിക്കുന്നത്. അവളെ തടയുക എന്നത് അസാധ്യമായ കാര്യം ആണെന്ന് മൂന്നുപേർക്കും അറിയാമായിരുന്നു. ഇത്രയും കാലം ആരുടെയൊക്കെയോ സന്തോഷത്തിനുവേണ്ടി തട്ടിക്കളിക്കാൻ വിട്ടുകൊടുത്ത അവളുടെ ജീവനാണ് തകർന്നു തരിപ്പണമായി കാൽക്കീഴിൽ കിടക്കുന്നത്. പ്രാണന്റെ അവസാന വെളിച്ചം കെടും മുന്നേ അതിനെ വാരിയെടുത്ത് നെഞ്ചോട് ചേർത്ത് ജീവശ്വാസം കൊടുക്കാനുള്ള പരവേശം ആണവൾക്ക്. അതിനു വേണ്ടി മരിക്കാനും മടിയില്ലാത്ത അവസ്ഥയിലേക്ക് എത്തിക്കഴിഞ്ഞിരിക്കുന്നു അവളുടെ മനസ്സ്.

'നിങ്ങൾ ആരും ബുദ്ധിമുട്ടണ്ട. ഇരുട്ടായി കഴിഞ്ഞാൽ ഞാൻ ഇവിടെ നിന്ന് ഇറങ്ങി ബസ് സ്റ്റാൻഡിലേക്ക് പൊയ്ക്കോളാം. അവിടെ നിന്ന് റെയിൽവേ സ്റ്റേഷനിലേക്ക് ബസ് ഉണ്ടാവില്ലേ?'

'നീ എന്ത് മണ്ടത്തരമാണ് പറയുന്നത്? ഭാഷയോ സ്ഥലമോ അറിയാതെ നീ എങ്ങനെ പോകാനാണ്? ട്രെയിൻ കയറിയാൽ പിന്നെ സാരമില്ല. പക്ഷേ അതിനു മുൻപ് ഇവിടെ നിന്ന് ബസ് കയറി ബസ് സ്റ്റാൻഡിൽ ഇറങ്ങി അവിടെ നിന്ന് ഓട്ടോ പിടിച്ച് സ്റ്റേഷനിൽ എത്തണം. വിജയവാഡ റെയിൽവേ സ്റ്റേഷൻ നമ്മൾ കണ്ടതല്ലേ. എത്ര പ്ലാറ്റ്ഫോമുകൾ ഉണ്ടെന്ന് പോലും നമുക്കറിയില്ല. ചിലപ്പോൾ അവസാന നിമിഷ

ത്തിലാണ് പ്ലാറ്റ്ഫോം മാറുക. മേൽപ്പാലത്തിലൂടെ ഓടി കൃത്യസമയത്ത് പ്ലാറ്റ്ഫോം കണ്ടു പിടിച്ചു പോയി കയറാൻ നിനക്ക് കഴിയുമോ?'

'അതുമാത്രമല്ല ബസ്റ്റാൻഡിൽ ഒക്കെ പോയി നിന്നാൽ നിമിഷനേരം കൊണ്ട് മാഡം അറിയും. നിനക്കറിയാലോ മാഡം ഒരാൾ മാത്രമല്ല ഭരണ സമിതി. പിടിക്കപ്പെട്ടാൽ ഇവർ എന്താണ് ചെയ്യുക എന്ന് നമുക്ക് ഊഹിക്കാൻ പോലും കഴിയില്ല.'

'കൊല്ലുമായിരിക്കും, അതിലപ്പുറം ഒന്നും ചെയ്യില്ലല്ലോ? അല്ലെങ്കിൽ തന്നെ ഞാൻ മരിച്ചു കഴിഞ്ഞിട്ട് വർഷങ്ങളായി.'

ചിലങ്കയുടെയും പ്രീതയുടെയും താക്കീതുകൾക്കൊന്നും നയനയുടെ മനസ്സിളക്കാൻ കഴിഞ്ഞില്ല. പെട്ടെന്നാണ് മെർലിൻ കയറി ഇടപെട്ടത്.

'നമുക്ക് റാം സാറിനെ ഒന്ന് വിളിച്ചാലോ? അദ്ദേഹത്തെ അല്ലാതെ മറ്റാരെയും ഈ ഒരു അവസരത്തിൽ നമുക്ക് ധൈര്യത്തോടെ ആശ്രയിക്കാനില്ല. നയനയുടെ അവസ്ഥ പറഞ്ഞാൽ അദ്ദേഹം എന്തെങ്കിലും ഒരു വഴി കാണാതിരിക്കില്ല.'

ചിലങ്കയുടെ ഉള്ളിലൂടെ ഒരു മിന്നൽ കടന്നുപോയി. ' അതൊന്നും വേണ്ട.'

എന്നവൾ പറയും മുൻപേ നയന ചിലങ്കയുടെ ഫോണെടുത്ത് റാമിന്റെ നമ്പർ കണ്ടുപിടിച്ച് ഡയൽ ചെയ്തു കൊണ്ട് പുറത്തേക്കു നടന്നു കഴിഞ്ഞിരുന്നു.

'പുലർച്ചെ രണ്ടു മണിക്ക് ഡയറക്ട് ട്രെയിൻ ഉണ്ടത്രേ. ടിക്കറ്റിന്റെ കാര്യം സാർ നോക്കിക്കോളാമെന്ന് പറഞ്ഞു. 12 മണി കഴിഞ്ഞാൽ താഴെ വണ്ടി വരും. പേടി ഉണ്ടെങ്കിൽ നിങ്ങളിൽ ആരെയെങ്കിലും കൂട്ടിക്കോളാൻ പറഞ്ഞിട്ടുണ്ട്. പക്ഷേ വേണ്ട, ഞാൻ തനിച്ചു പൊയ്ക്കോളാം. നാളെ സ്കൂളിൽ ഇതിന്റെ പേരിൽ തീർച്ചയായും പ്രശ്നം ഉണ്ടാകും. അപ്പോൾ നിങ്ങൾക്ക് കൂടി അതൊരു ബുദ്ധിമുട്ട് ആകരുത്.'

ഫോൺ ചിലങ്കയുടെ കയ്യിൽ തിരിച്ചു കൊടുത്തു കാര്യങ്ങൾ പറഞ്ഞ് നയന ബാക്കിയുള്ള പായ്ക്കിംഗ് തുടർന്നു.

എന്താണ് ചെയ്യേണ്ടത് എന്നറിയാതെ ചിലങ്കയും മെർലിനും പ്രീതയും ഒന്നും പറയാനാവാതെ അവിടെത്തന്നെ ഇരുന്നു.

അധ്യായം 8

സമയം പുലർച്ചെ ഒന്നരയോടടുക്കുന്നു. മഴ കോരിച്ചൊരിയുകയാണ്. വിജയവാഡ റെയിൽവേ സ്റ്റേഷനു പുറത്തുനിർത്തിയിട്ട ബ്ലാക്ക് സ്കോർപ്പിയോക്കുള്ളിൽ ചിലങ്കയും പ്രീതയും മെർലിനും നയനയും മരവിച്ചിരിക്കുകയാണ്. വിളറിവെളുത്ത അവരുടെ ഓരോരുത്തരുടെയും മുഖം ഉള്ളിലുള്ള സംഘർഷത്തിന്റെ വലിപ്പം വിളിച്ചുപറയുന്നുണ്ടായിരുന്നു. കൂടെ ആരും വരേണ്ട, എന്നുപറഞ്ഞ് നയന ഇറങ്ങിയെങ്കിലും, അവളെ തനിച്ചു വിടാൻ കഴിയാതെ കൂട്ടുകാരികൾ മൂന്നു പേരും കൂടെ ഇറങ്ങുകയായിരുന്നു. റാമിന്റെ ഡ്രൈവർ സുബ്ബുവിനൊപ്പമാണ് അവർ നാലു പേരും വിജയവാഡയിൽ എത്തിയത് . റാം അവരെ കാത്ത് റെയിൽവേ സ്റ്റേഷനിൽ ടിക്കറ്റ് എടുത്തു നിൽക്കുന്നുണ്ടായിരുന്നു.

രാവും പകലും ഒരുപോലെ തിരക്കുള്ളതാണ് വിജയവാഡ റെയിൽവേ സ്റ്റേഷൻ. പത്ത് പ്ലാറ്റ്ഫോമുകളും ഇരുപത്തിനാല് ട്രാക്കുകളുമായി സദാസമയവും ജനനിബിഡം ആണിവിടം.

പരിചയക്കാർ ആരെങ്കിലും കണ്ടാൽ ശ്രദ്ധയിൽ പെടാതിരിക്കാൻ വേണ്ടി വണ്ടിയിൽ തന്നെ ഇരിക്കാൻ റാമാണ് അവരോട് ആവശ്യപ്പെട്ടത്. റാമും ഡ്രൈവറും പുറത്തുണ്ട്. ട്രെയിൻ എത്തുന്ന സമയം ആകുമ്പോൾ ഇറങ്ങിച്ചെല്ലാൻ ആണ് പറഞ്ഞത്.

സമയം ഇഴഞ്ഞു നീങ്ങി കൊണ്ടിരുന്നു. ഒടുവിൽ കാത്തിരുന്നതു പോലെ ചിലങ്കയുടെ ഫോൺ റിങ് ചെയ്തു.

കോൾ എടുത്ത അവളുടെ ചെവിയിൽ

'നയനയെയും കുട്ടി താൻ ഇങ്ങോട്ട് വരൂ. ബാക്കിയുള്ളവർ വണ്ടിയിൽ തന്നെ ഇരുന്നോട്ടെ, ഡ്രൈവർ അങ്ങോട്ട് വരുന്നുണ്ട്. മേൽപ്പാലത്തിൽ ഉണ്ട് ഞാൻ.'

പ്രീതയും മർലിനും നയനയോട് യാത്ര പറഞ്ഞു. കണ്ണുകൾ നിറഞ്ഞൊഴുകി അവൾക്ക് ഒന്നും സംസാരിക്കാൻ കഴിയുന്നുണ്ടായിരുന്നില്ല. തന്റെ ഈ എടുത്തുചാട്ടം കാരണം നാളെ കൂട്ടുകാരികൾ മൂന്നുപേരും ഫെയ്സ് ചെയ്യേണ്ടിവരുന്ന അപകടം എത്ര വലുതാവും എന്ന ഭയമായിരുന്നു അവൾക്കുള്ളിൽ അപ്പോൾ. പ്രീത അവളെ കെട്ടിപ്പിടിച്ച് ആശ്വ

സിപ്പിച്ചു.

'നീ പേടിക്കണ്ട, ആരു ചോദിച്ചാലും ഞങ്ങൾ ഒന്നും അറിഞ്ഞിട്ടില്ല എന്നേ പറയുകയുള്ളൂ. ചെയ്യാത്ത തെറ്റിന് പണിഷ്മെന്റ് വാങ്ങേണ്ട കാര്യമില്ലല്ലോ.

ധൈര്യമായി പോകൂ. നാട്ടിലെത്തി കാര്യങ്ങളെല്ലാം അറിഞ്ഞശേഷം വിളിക്കൂ. ഞങ്ങൾ കാത്തിരിക്കും.'

നയനയുടെ ബാഗുമായി ചിലങ്ക അവളുടെ കയ്യിൽ പിടിച്ചു മുന്നോട്ടേക്ക് നടന്നു. മേൽ പാലത്തിന്റെ എൻട്രൻസിൽ തന്നെ റാം അവരെ കാത്തു നിൽക്കുന്നുണ്ടായിരുന്നു.

അന്നത്തെ സംഭവത്തിന് ശേഷം ചിലങ്ക ആദ്യമായാണ് റാമിനെ അഭിമുഖീകരിക്കുന്നത്. അവൾക്ക് വല്ലായ്മ തോന്നിയെങ്കിലും മുഖത്ത് പ്രകടിപ്പിച്ചില്ല.അയാളെ നോക്കാതെ അവൾ ബാഗുമായി വേഗം നടന്നു.

' ആറാമത്തെ പ്ലാറ്റ്ഫോമിലാണ് ട്രെയിൻ വരുന്നത്, വേഗം വാ.'

ചിലങ്കയുടെ കയ്യിൽ നിന്നും ബാഗ് വാങ്ങി റാം വേഗം നടന്നു. പെൺകുട്ടികൾ രണ്ടുപേരും അയാളെ അനുഗമിച്ചു. പത്തുമിനിറ്റ് നേരത്തെ കാത്തിരിപ്പിന് ശേഷം കാതടപ്പിക്കുന്ന ശബ്ദത്തോടെ ട്രെയിൻ ഇരച്ചു വന്നു നിന്നു. സെക്കൻഡ് എസി ആയിരുന്നു റാം നയനയ്ക്ക് വേണ്ടി ബുക്ക് ചെയ്തത്. കമ്പാർട്ട്മെന്റ് കണ്ടുപിടിച്ച് അവളെ സുരക്ഷിതമായി അതിൽ കയറ്റി ഇരുത്തിയ ശേഷം അയാൾ പോക്കറ്റിൽ നിന്നും ഒരു കവർ എടുത്തു നയനയുടെ കൈയ്യിൽ വച്ചു കൊടുത്തു.

കാര്യം എന്താണെന്ന് അറിയാതെ ചോദ്യഭാവത്തിൽ മുഖം ഉയർത്തിയ അവളോട്,

'വെച്ചോളൂ. കയ്യിൽ ഒന്നുമില്ലാതെ അല്ലേ പോകുന്നത്. എനിക്ക് മനസ്സിലാകും. ഈ അവസ്ഥ ജീവിതത്തിൽ പല പ്രാവശ്യം ഞാൻ അഭിമുഖീകരിച്ചിട്ടുണ്ട്. സ്വന്തം ചേട്ടൻ തരുന്നതാണ് എന്ന് കരുതിയാൽ മതി. വീട്ടിൽ ചെന്ന് എന്തെങ്കിലും ആവശ്യമുണ്ടെങ്കിൽ വിളിക്കണം.'

നയന ഒരു വിങ്ങലോടെ അയാളുടെ കൈകൾ പിടിച്ച് നെറ്റിയിൽ മുട്ടിച്ചു തേങ്ങിക്കരഞ്ഞു. കണ്ടുനിന്ന ചിലങ്കയുടെയും കണ്ണുകൾ നിറഞ്ഞൊഴുകി. ട്രെയിൻ പുറപ്പെടുകയാണ് എന്ന അറിയിപ്പ് വന്നതോടെ റാം ചിലങ്കയെയും കൂട്ടി പുറത്തിറങ്ങി. വിങ്ങിപ്പൊട്ടി പ്ലാറ്റ്ഫോമിൽ നിൽക്കുന്ന ചിലങ്കക്ക് നേരെ കൈ ഉയർത്തി കാണിച്ചു കൊണ്ട് കണ്ണീരണിഞ്ഞ നയനയുടെ മുഖം മാഞ്ഞുപോയി. ചിലങ്ക രണ്ടു കൈ കൊണ്ടും മുഖം പൊത്തി അവിടെനിന്ന് ഏങ്ങലടിച്ചു കരഞ്ഞു. റാം അവളുടെ ചുമലിൽ തട്ടുന്നത് വരെ.

' ഇങ്ങനെ കരയാതെടോ..അവൾക്ക് അയാളെ അത്രയേറെ ഇഷ്ടമായിരിക്കും. അവരുടെ ജീവിതമല്ലേ. അവർ തീരുമാനിക്കട്ടെ ഇനി എന്താണെന്ന്.'

ചിലങ്ക ചുരിദാറിന്റെ ഷാളിൽ മുഖം തുടച്ചുകൊണ്ട് തലകുനിച്ചു നിന്നു.

ചെറിയ ദേഷ്യത്തോടെ റാം ചോദിച്ചു.

' ഞാൻ തന്നെ എന്തെങ്കിലും ചെയ്തോ? വഴക്കു പറഞ്ഞോ? അല്ലെങ്കിൽ ഉപദ്രവിച്ചോ? എന്തിനാണ് സദാസമയവും ഇങ്ങനെ മുഖം തിരിക്കുന്നത്?'

ചിലങ്കയ്ക്ക് ആകെ ഒരു പരവേശം അനുഭവപ്പെട്ടു. പെട്ടെന്നാണ് റാമിന്റെ ഫോൺ റിംഗ് ചെയ്തത്. അയാൾ ഫോണെടുത്ത് തെലുഗുവിൽ എന്തൊക്കെയോ സംസാരിച്ചു. തുടർന്ന് തിടുക്കത്തിൽ ചിലങ്കയോട് പറഞ്ഞു.

'പുറത്ത് അനസൂയയുടെ നാന (അച്ഛൻ) വന്നിട്ടുണ്ട്. ആരെയെങ്കിലും യാത്രയാക്കാൻ വേണ്ടി വന്നതാവും.

സുബ്ബു അവരെയും കൊണ്ട് വണ്ടി മാറ്റിയിട്ടുണ്ട്. തൽക്കാലം നമുക്ക് അപ്പുറത്തെ വഴിയിൽ കൂടെ ഇറങ്ങാം. അവർ എത്തിക്കോളും.'

ചിലങ്കയ്ക്ക് ഒന്നും പറയാനില്ലായിരുന്നു. അവളുടെ ഉള്ളിൽ ഭീതി അരിച്ചെത്തി. അനസൂയ മാഡത്തിന്റെ അച്ഛനെപ്പറ്റി പറഞ്ഞുകേട്ടിട്ടുണ്ട്. നാട്ടിലുള്ള ഒരുവിധം എല്ലാ പ്രശ്നങ്ങളും കയ്യൂക്കുകൊണ്ടും അധികാരം കൊണ്ടും തന്റെ പ്രിയപ്പെട്ടവർക്കു വേണ്ടി വളച്ചൊടിക്കാൻ കഴിവുള്ള ഒരാൾ. അദ്ദേഹം ഈ കാര്യം അറിഞ്ഞാൽ ഒരു വലിയ പൊട്ടിത്തെറി തന്നെ ഉണ്ടാകും. ആകെ മരവിച്ചു നിൽക്കുകയായിരുന്ന അവളുടെ കയ്യിൽ പിടിച്ച് റാം നടന്നുകഴിഞ്ഞിരുന്നു അപ്പോഴേക്കും. മേൽപ്പാലത്തിനു മുകളിലൂടെ നടന്നു അപ്പുറത്ത് ഇറങ്ങിയ അവരുടെ മുന്നിൽ റോഡിന് എതിർവശത്തായി ഒരു ചുവന്ന ഓഡി കാർ വന്നുനിന്നു. നല്ല ശക്തിയായി മഴ അപ്പോഴും പെയ്തു കൊണ്ടേയിരുന്നു. റാം മുഖംതിരിച്ച് ചിലങ്കയെ നോക്കി. അവളാകെ പരിഭ്രമിച്ചിരുന്നു. മുഖം ഒക്കെ വിളറി വെളുത്തു കടലാസ് പോലെ ആയിരിക്കുന്നു. ഒരുപാട് കരഞ്ഞതിന്റെ ആവാം കൺപീലികൾ നനഞ്ഞു, ചുണ്ടുകൾ ഇപ്പോഴും വിതുമ്പികൊണ്ടിരുന്നു. അയാൾ അവളുടെ ചുമലിൽ ഉള്ള ഷാൾ വലിച്ചെടുത്തു തലയിലൂടെ വളച്ചിട്ടു കൊടുത്തശേഷം കൈകളിൽ പിടിച്ചു കൊണ്ട് റോഡ് ക്രോസ് ചെയ്ത് മഴയിലൂടെ ഓടി. നല്ല രീതിയിൽ കാറ്റ് വീശുന്നുണ്ടായിരുന്നു അതുകൊണ്ടുതന്നെ രണ്ടുപേരും നിമിഷനേരംകൊണ്ട്

നനഞ്ഞു കുതിർന്നു. വണ്ടിയിൽ നിന്നിറങ്ങി വന്ന ഒരാൾ താക്കോൽ റാമിന് കൈമാറിയ ശേഷം ഓട്ടോയിൽ കയറിപ്പോകുന്നത് ചിലങ്ക നോക്കിനിന്നു. അയാളവളെ മുൻസീറ്റിൽ ഇരുത്തിയ ശേഷം വണ്ടിയിൽ കയറി സ്റ്റാർട്ട് ചെയ്തു. കോരിച്ചൊരിയുന്ന മഴയിലൂടെ വണ്ടി പതുക്കെ മുന്നോട്ടു നീങ്ങി.

ചിലങ്ക ഷോൾ കൊണ്ട് കൈകളും മുഖവും തുടച്ചു. അവൾ മുഖം തിരിച്ച് റാമിനെ നോക്കി. അയാളുടെ ബ്ലാക്ക് ടീഷർട്ട് നനഞ്ഞുകുതിർന്നിരുന്നു. നീട്ടി വളർത്തി കറുത്ത റബ്ബർബാൻഡ് ഇട്ടുവച്ച മുടിയിൽ നിന്നും വെള്ളത്തുള്ളികൾ ഇറ്റിറ്റു വീഴുന്നു.

കൈകളിലെ കറുത്ത രുദ്രാക്ഷവും പ്ലാറ്റിനം ചെയിനും കട്ടിയുള്ള താടി മീശയും കാതിലെ കടുക്കനും അയാൾക്ക് മൊത്തത്തിൽ രൗദ്രത ഉള്ള ഒരു ദിവ്യ പരിവേഷമാണ് നൽകുന്നതെന്ന് അവളോർത്തു. തന്നെ ഉറ്റു നോക്കിനിൽക്കുന്ന ചിലങ്കയോട്,

'എന്തുപറ്റി? താൻ ഇന്നാണെന്നു തോന്നുന്നു എന്റെ മുഖത്തേക്ക് നോക്കിയത് അല്ലേ?'

എന്ന് ചിരിച്ചുകൊണ്ടുള്ള റാമിന്റെ ചോദ്യമാണ് അവളെ ആലോചനയിൽ നിന്ന് ഉണർത്തിയത്. ഉള്ളിലെ ജാള്യത പുറത്തുകാണിക്കാതെ മുഖം തുടച്ചു കൊണ്ട് അവൾ പറഞ്ഞു.

'അവരൊക്കെ എവിടെയാണ് ഉള്ളത്? അവരുടെ കൂടെ പൊയ്ക്കോളാം ഞാൻ. ഹോസ്റ്റലിൽ ചെല്ലുമ്പോൾ ഞാനും കൂടെ വേണം.'

'അവർ ഹോസ്റ്റലിലേക്ക് വിട്ടു കഴിഞ്ഞു. ഇവിടെ കുറെ നേരം നിൽക്കുന്നത് സേഫ് അല്ല. അവർ എത്തുമ്പോഴേക്കും നമുക്കും എത്താം. തന്നെ ഞാൻ ഷോട്ട്കട്ടിലൂടെ അവർക്കൊപ്പം തന്നെ അവിടെ എത്തിക്കും, പോരേ?'

റാമിന്റെ വാക്കുകൾ കേട്ട് നിശബ്ദയായി ചിലങ്ക പുറകിലേക്ക് ചാരിയിരുന്നു. കാറിലെ എസിയും മഴ നനഞ്ഞ തണുപ്പും, അവൾ വിറക്കുന്നുണ്ടായിരുന്നു. ചൂളി പിടിച്ചിരിക്കുന്ന അവൾക്ക് പുറകിലെ സീറ്റിൽ നിന്നും അയാൾ ഒരു ടവ്വൽ വലിച്ചെടുത്തു നൽകി. ടവ്വൽ കൈകളിൽ എടുത്ത ശേഷം അവൾ പരുങ്ങലോടെ അയാളോട് ചോദിച്ചു.

'സാറിന് മുഖം ഒന്ന് തുടച്ചു കൂടെ? മുഴുവൻ നനഞ്ഞല്ലോ.'

'എടോ എനിക്കിത് തീരെ പിടിക്കുന്നില്ല കേട്ടോ, താൻ എന്തിനാണ് എന്നെ എപ്പോഴും സാർ സാർ എന്ന് വിളിക്കുന്നത്? താൻ എന്റെ പേര് വിളിച്ചോളൂ. അതല്ലെങ്കിൽ തനിക്ക് ഇഷ്ടമുള്ള ഒരു പേരിട്ടോളൂ.'

ശുണ്ഠി പിടിച്ചത് പോലുള്ള റാമിന്റെ സംസാരം കേട്ട് ചിലങ്കയ്ക്ക്

ചിരിവന്നു.

അവളുടെ മുഖത്തെ ചിരി കണ്ടപ്പോൾ അയാളുടെ ചുണ്ടുകളിലും ഒരു മന്ദഹാസം വിടർന്നു. അയാൾ ഒരു കൈ കൊണ്ട് അവളുടെ മടിയിൽ നിന്നും ടവ്വൽ എടുത്ത് മുഖവും കഴുത്തും നന്നായി തുടച്ച് മുടിയിലെ ഹെയർ ബാൻഡ് നീക്കംചെയ്തു. നീട്ടിവളർത്തിയ മുടിയിഴകൾ അഴിഞ്ഞപ്പോൾ അയാളുടെ ചുമലോളം നീണ്ടു കിടക്കുന്നുണ്ടായിരുന്നു.

മുടിയിഴകൾ നന്നായി ഒന്ന് തുടച്ചശേഷം ടൗവ്വൽ അവളുടെ മടിയിലേക്ക് ഇട്ടു, റോഡിലേക്ക് മുഖം തിരിച്ചു കൊണ്ട് അയാൾ പറഞ്ഞു.

'സത്യം പറഞ്ഞാൽ താൻ ചിരിക്കുമ്പോൾ ആണ് ഒരു സമാധാനം. എനിക്കറിയാം സംഭവിച്ചതൊന്നും തന്റെ കുഴപ്പമല്ല. ഇന്നല്ലെങ്കിൽ നാളെ ഇതുതന്നെ സംഭവിച്ചേനെ. കാരണം ഇന്ത്യയിലെ ഒട്ടുമിക്ക എല്ലാ ഹോസ്പിറ്റലുകളിലും ഡോക്ടർമാർ ഉറപ്പിച്ചു പറഞ്ഞതാണ് ഇനി ഒരു കുഞ്ഞിനെ വഹിക്കാനുള്ള ശേഷി അനസൂയയുടെ ഗർഭപാത്രത്തിനില്ലെന്ന്.'

ചിലങ്കയുടെ മുഖം വല്ലാതായി. അവന്റെ മുടിയിഴകൾ കണ്ടപ്പോൾ ഉള്ള കൗതുകം നിമിഷനേരംകൊണ്ട് മാഞ്ഞുപോയി.

പുറത്തേക്കു നോക്കി സങ്കടത്തോടെ അവൾ പിറുപിറുത്തു.

'ഞാൻ.. ഞാൻ മനപ്പൂർവ്വം അല്ല.. പെട്ടെന്ന് ഇറങ്ങാനുള്ള തിരക്കിൽ അറിയാതെ കൈ തട്ടിയതാണ്.'

'തന്റെ കൈതട്ടിയില്ലെങ്കിലും കുറച്ചു മാസങ്ങൾക്കുള്ളിൽ ഇതുതന്നെ സംഭവിച്ചേനെ. അതുകൊണ്ടുതന്നെ എനിക്ക് ഇതിൽ ദുഃഖമില്ല. പണം കൊണ്ട് നേടാവുന്നതിന് പരിധികളുണ്ട്. അതാണ് നാം ആദ്യം മനസ്സിലാക്കേണ്ടത്.'

കാർ ഹൈവേ കടന്ന് ഒരു ഇടറോഡിലേക്ക് പ്രവേശിച്ചിരുന്നു. മഴ കോരി ചൊരിയുന്നു. അവൾ ചോദ്യഭാവത്തിൽ അയാളെ നോക്കി.

'ഇത് ഗുണിതല പള്ളിയുടെ അരികിലൂടെ ഉള്ള ഒരു ഇടറോഡാണ്. ഇതിലെ പോയാൽ നമുക്ക് ജംഗ്ഷനിലെ റെയിൽവേ സ്റ്റേഷനടുത്തുള്ള റോഡിൽ ചെന്നു കയറാം.'

അവളുടെ മുഖത്തെ ചിന്താ ഭാരം ലഘൂകരിക്കാൻ അയാൾ പറഞ്ഞു.

'അതൊക്കെ പോട്ടെ താൻ എന്നെ എന്താ വിളിക്കുക?'

അവൾ മുഖം തിരിച്ച് അയാളെ നോക്കി.

കറുത്ത ടീഷർട്ടിനുള്ളിൽ ഒതുക്കമുള്ള ദേഹം. ദൃഢമായ മാംസപേശികൾ, നീട്ടിവളർത്തി വെട്ടി ഒരുക്കിയ താടിരോമങ്ങളും കട്ടി മീശയും, കട്ടിയിൽ വളർന്നിറങ്ങിയ മുടി ഉയർത്തി കെട്ടിയത് അഴിച്ചിട്ടപ്പോൾ

ഒരു ജഡ അഴിഞ്ഞത് പോലെ തോന്നി. നെറ്റിയുടെ മധ്യഭാഗത്ത് കൂട്ടി മുട്ടുന്ന കട്ടി പുരികങ്ങൾക്ക് നടുവിൽ ഒരു തൃക്കണ്ണ് കൂടി ഉണ്ടെങ്കിൽ നന്നായേനെ എന്നാണ് അപ്പോൾ അവൾക്ക് തോന്നിയത്. അവളുടെ നോട്ടം കണ്ട് അയാൾ ചോദ്യഭാവത്തിൽ പുരികമുയർത്തി. പുറത്ത് മഴ യുടെ ശക്തി കൂടുന്നതും ഇടിമിന്നൽ പിണറുകൾ വീഴുന്നതും അവർ രണ്ടുപേരും അറിയുന്നുണ്ടായിരുന്നില്ല.

അയാളുടെ ചോദ്യത്തിന് അവൾ കുറുമ്പോടെ,

'ഞാൻ ന്തേലും വിളിച്ചോളാം!'

എന്ന മറുപടിയോടെ മുഖംതിരിച്ചു. അവൾക്ക് ഹൃദയമിടിപ്പ് കൂടി വരുന്നുണ്ടായിരുന്നു. ചെയ്യുന്നത് തെറ്റാണെന്നറിയാം. പക്ഷേ നിയന്ത്രി ക്കാൻ കഴിയാത്തവിധം ആ ജടയും ആ കണ്ണുകളും സ്നേഹമുള്ള പുഞ്ചി രിയും തന്നിലേക്ക് ആഴ്ന്നിറങ്ങുകയാണ്. ചിലങ്കയെ നോക്കി പുഞ്ചിരി യോടെ മുഖം തിരിച്ച റാം വണ്ടി പെട്ടെന്ന് ഓഫ് ആയത് കണ്ടു പുറ ത്തേക്ക് നോക്കി നെറ്റിയിൽ കൈ വച്ചു

' ഛെ.. ഞാൻ ശ്രദ്ധിച്ചില്ല.'

ലെവൽക്രോസ് ഇല്ലാത്ത ഒരു റെയിൽവേ ട്രാക്ക് ആയിരുന്നു അത്. കോരിച്ചൊരിയുന്ന മഴയും ഇടിയും, ആ ശബ്ദത്തിൽ സ്വയം മറന്നു ഒഴുകി വരികയായിരുന്ന അവർ രണ്ടുപേരും അതറിഞ്ഞില്ല. വണ്ടി റീസ്റ്റാർട്ട് ചെയ്യാൻ ശ്രമിക്കുകയായിരുന്നു റാം. പെട്ടെന്നാണ് ചീറിപ്പാഞ്ഞു കൊണ്ട് വലതുവശത്തു നിന്ന് ട്രെയിൻ വന്നത്.ചിലങ്ക രണ്ടുകൈകളും ചെവി യിൽ അമർത്തി അലറിക്കൊണ്ട് മുഖം കുനിച്ചു.

ഒന്നു പകച്ചുപോയ റാം പെട്ടെന്ന് തന്നെ വണ്ടി സ്റ്റാർട്ട് ചെയ്തു മുന്നോട്ടേക്ക് നീക്കിയ അതേ നിമിഷത്തിൽ കാറിനെ കുലുക്കി വിറ പ്പിച്ചുകൊണ്ട് ട്രെയിൻ അവരെ കടന്നുപോയി. അയാൾ മുഖം തിരിച്ചു ചിലങ്കയെ നോക്കി. അവൾ മുഖം മടിയിലേക്ക് പൂഴ്ത്തി അതുപോലെ ഇരിക്കുകയാണ്.

'ഏതായാലും നമുക്ക് ഭാഗ്യമുണ്ട്. ഇല്ലെങ്കിൽ നാളെ എന്തെല്ലാം ക ഥകൾ പരന്നേനെ.'

എന്നു പറഞ്ഞുകൊണ്ട് അയാൾ വണ്ടി ഇടതുവശത്ത് കണ്ട വലിയ മരത്തിന്റെ ചുവട്ടിലേക്ക് നീക്കിയിട്ടു. പിന്നെ ചിലങ്കയുടെ ചുമലിൽ കൈ വെച്ച് തട്ടിവിളിച്ചു. അയാളുടെ കൈകൾ ഒന്ന് സ്പർശിച്ചപ്പോഴേക്കും അവൾ കുഴഞ്ഞു താഴേക്കു വീണിരുന്നു. ആകെ പരിഭ്രമിച്ചു പോയ റാം അവളെ വാരിയെടുത്തു നെഞ്ചിലേക്ക് ചേർത്തു. കൈനീട്ടി വണ്ടി യുടെ ഗ്ലാസ് താഴ്ത്തി. കോരിച്ചൊരിയുന്ന മഴ വെള്ളത്തുള്ളികളുടെ അക

മ്പടിയോടെ അകത്തേക്ക് ആർത്തലച്ചു. അയാൾ കൈ കൊണ്ട് വെള്ള ത്തുള്ളികളെ കോരിയെടുക്കാൻ ശ്രമിച്ചു. അവളുടെ കവിളുകളിൽ ന നഞ്ഞ കൈകൾ തുടച്ചു. കുറച്ചു നിമിഷങ്ങൾക്ക് ശേഷം പരിഭ്രമത്തോ ടെ കണ്ണുകൾ തുറന്ന ചിലങ്ക ചുറ്റും നോക്കി അയാളുടെ നെഞ്ചിലേക്ക് ഒന്നുകൂടി പറ്റിച്ചേർന്നു.

റാമിന് തന്റെ ഹൃദയമിടിപ്പ് നിയന്ത്രണാതീതമാകുന്നത് അറിയാൻ കഴിഞ്ഞു. മറ്റൊരാൾക്കും പറഞ്ഞു മനസ്സിലാക്കി കൊടുക്കാൻ കഴിയാ ത്തത്ര വികാര തീവ്രതയോടെ തന്നിലേക്ക് ആകർഷിക്കപ്പെടുന്ന പെൺ കുട്ടിയാണ് നെഞ്ചിൽ കിടക്കുന്നത്. അയാൾ മുഖം താഴ്ത്തി വിരലു കൾ കൊണ്ട് അവളുടെ കവിളുകളിൽ തൊട്ടു. സ്വയമറിയാതെ അയാ ളുടെ വിരലുകൾ അവളുടെ ചുണ്ടുകളെ സ്പർശിച്ചു. നിമിഷങ്ങളോളം നീണ്ടുനിന്ന മിന്നൽ വെളിച്ചത്തിൽ അവളുടെ മുഖം രക്തം ഇരച്ചുക യറി ചുവന്നു തുടുക്കുന്നത് അയാൾ വ്യക്തമായി കണ്ടു. തൊട്ടുപിറ കെ വലിയൊരു ഇടി മുഴങ്ങി. ചിലങ്കയുടെ കൈകൾ കറുത്ത ടീഷർ ട്ടിൽ മുറുകി. അയാൾക്ക് സ്വയം നിയന്ത്രിക്കാൻ ആവുന്നുണ്ടായിരുന്നില്ല.

ഏതോ ഒരു വിഭ്രാന്തിയിൽ എന്നവണ്ണം അയാളുടെ കൈകൾ അവ ളുടെ ഇടുപ്പിലൂടെ കോർത്ത് നെഞ്ചിലേക്ക് അണച്ച് പിടിച്ചു. തണുത്തു വിറയ്ക്കുന്ന ചുണ്ടുകളിൽ റാമിന്റെ ചൂട് ശ്വാസം പതിഞ്ഞപ്പോൾ ചി ലങ്ക കണ്ണുതുറന്നു.

അവളുടെ കൺമുന്നിൽ കരുത്തുറ്റ മുടിയിഴകൾ ചിതറിവീണ ജഡാ ധാരിയുടെ നെറ്റിയുടെയും മൂക്കിൻ തുമ്പിലെയും ചുണ്ടുകളുടെയും ഇത്തിരി വെളിച്ചം തെളിഞ്ഞു കണ്ടു. പ്രണയ പാരവശ്യത്തോടെ സ്വയം മറന്നവൾ അവനെ വാരിപ്പുണർന്നു കൊണ്ട് മന്ത്രിച്ചു.

'ന്റെ സാമീ...'

അധ്യായം 9

തുറന്നിട്ട ഗ്ലാസിലൂടെ കാറിനകത്തേക്ക് ചീറിയടിച്ചെത്തിയ കാറ്റി നോടൊപ്പം വന്ന ഒരു കുടന്ന മഴത്തുള്ളികളാണ് സ്വയം മറന്ന് പരസ്പരം ഇനിയുമിനിയും ചേർത്തണയ്ക്കാൻ വെമ്പുന്ന കമിതാക്കളെ നിമിഷ ങ്ങളോളം നീണ്ടുനിന്ന ഗാഢ ചുംബനത്തിൽ നിന്നുണർത്തിയത്. ഒരു ഞെട്ടലോടെ തന്റെ കൈക്കുള്ളിൽ നിന്നും കുതറി എഴുന്നേൽക്കാൻ ശ്രമിക്കുന്ന ചിലങ്കയെ കണ്ടപ്പോഴാണ് റാമും ബോധത്തിലേക്ക് തിരി ച്ചെത്തിയത്.

'നമുക്കു പോകാം.'

എന്നു മന്ത്രിച്ചു കൊണ്ട് അവനെ തള്ളി മാറ്റി സീറ്റിലേക്ക് ചുരുണ്ട് കൂടിയ ചിലങ്കയുടെ മുഖത്തെ ഭാവം ആ ഇരുട്ടിൽ അവന് വ്യക്തമാ യില്ല. നിമിഷങ്ങളോളം നീണ്ടുനിന്ന ഭ്രമാത്മക ലോകത്തുനിന്നും യാഥാർ ത്ഥ്യത്തിലേക്ക് ഇറങ്ങിയതിന്റെ ജാള്യത ആ നിമിഷം അയാളെ വല്ലാതെ വലച്ചു കളഞ്ഞു. താൻ അവളെ എത്രയേറെ സ്നേഹിക്കുന്നുവെന്ന് ഈ ഒരു നിമിഷം അവളോട് പറയണം എന്ന് അയാൾക്ക് തോന്നി. അയാൾ മുഖം തിരിച്ച് അവളെ നോക്കി. ഇടയ്ക്കിടെ വരുന്ന മിന്നൽ വെളിച്ചത്തിൽ കാൽമുട്ടുകൾക്കിടയിൽ മുഖം പൂഴ്ത്തി സീറ്റിൽ ചുരുണ്ടു കൂടി ഇരിക്കുന്ന അവളെ കണ്ടപ്പോൾ അവളോട് പറയാനുള്ള വാക്കു കൾ അയാളുടെ ഉള്ളിൽ തന്നെ നിശബ്ദതയിൽ അമർന്നു കിടന്നു. പാവം കുട്ടി.. തന്നേക്കാൾ എട്ടോ പത്തോ വയസ്സിനിളയതാവുമവൾ.

അയാളുടെ ഉള്ളിൽ അവളോടുള്ള അലിവ് മുള പൊട്ടി. ഒരു നിമിഷ ത്തെ വിഭ്രാന്തിയിൽ തന്നോട് ചേർന്നെങ്കിലും അവൾക്ക് ഒരിക്കലും ഭാര്യ യും കുഞ്ഞും ഉള്ള ഒരാളെ സ്നേഹിക്കാൻ ആവില്ല. എന്നിട്ടും എന്തു കൊണ്ടാണ് അവളെ കാണുമ്പോൾ തന്റെ ഉള്ളിൽ ഇത്ര പ്രണയപാര വശ്യം എന്നയാൾക്ക് മനസ്സിലായില്ല. പലവിധ ചിന്തകളാൽ കലുഷിത മായ മനസ്സോടെ അയാൾ നിശബ്ദനായി വണ്ടിയുടെ വേഗത വർദ്ധി പ്പിച്ചു.

അതിവേഗം ചീറിപ്പായുന്ന വണ്ടിയുടെ ഉള്ളിൽ ഇരിക്കുന്ന ചിലങ്ക

യുടെ മനസ്സും വ്യത്യസ്തമായിരുന്നില്ല. കുറച്ചു മിനിറ്റുകൾക്ക് മുമ്പ് അനുഭവിച്ച ഇതുവരെ അറിയാത്ത അനുഭൂതിയുടെ കുളിരലകൾ ഇപ്പോഴും ശരീരത്തെ പൊതിഞ്ഞു നിൽക്കുന്നു. അതോടൊപ്പം തന്നെ അരുതാത്തതെന്തോ ചെയ്തുപോയതിന്റെ കുറ്റബോധവും. പ്രണയാഭ്യർത്ഥനകളും മറ്റു പലവിധ വാഗ്ദാനങ്ങളുമായി ഒരുപാടുപേർ ഇതിനുമുൻപ് സമീപിച്ചിട്ടുണ്ട്, എങ്കിലും. അവരിൽ ഒരാളോട് പോലും തോന്നാത്ത ഒരു വികാരമാണ് ഇതു വരെ ഒരു പ്രണയാഭ്യർത്ഥന പോലും നടത്താത്ത, ഭാര്യയും കുഞ്ഞും ഉള്ള ഒരു അന്യപുരുഷനോട് തോന്നുന്നത്. ഒന്നു മുഖമുയർത്തി റാമിനെ നോക്കാൻ പോലും ധൈര്യമില്ലാതെ അവൾ സീറ്റിൽ തന്നെ തലകുനിച്ചു ചുരുണ്ടുകൂടി ഇരുന്നു.

ഹോസ്റ്റലിന് താഴെ വണ്ടി നിർത്തി റാം മുകളിലേക്ക് നോക്കി. ചില മുറികളിൽ വെളിച്ചമുണ്ട്. അവൻ പതുക്കെ ചിലങ്കയെ തൊട്ടു. ആദ്യം അവൾ എന്തോ പിറുപിറുക്കുന്നതായിട്ടാണ് അവന് തോന്നിയത് പിന്നീട് ശ്രദ്ധിച്ചപ്പോഴാണ് മനസ്സിലായത് ദേവീസ്തോത്രമാണ് അവൾ ജപിക്കുന്നത്. ഒരു പുഞ്ചിരിയോടെ റാം അവളെ ഒന്നുകൂടി തട്ടിവിളിച്ചു.

'ഞാൻ വരണോ കൂടെ? മുകളിൽ വെളിച്ചമുണ്ട്. വാർഡൻ ഉറങ്ങിയിട്ടില്ല എന്ന് തോന്നുന്നു.'

'വേണ്ട ഞാൻ പൊയ്ക്കോളാം.'

കാറിന്റെ ഡോർ തുറക്കും മുൻപ് അവളൊന്നു തിരിഞ്ഞു നോക്കികൊണ്ടു പറഞ്ഞു.

'പൊയ്ക്കോട്ടെ?'

അതുവരെ കെട്ടിനിർത്തിയ തിരിച്ചറിവിന്റെ വേലികൾ തകർത്തുകൊണ്ട് അയാളുടെ ഹൃദയം ആർദ്രതയിലേക്ക് ആണ്ടുപോയി.

അവൻ കൈനീട്ടി അവളുടെ കൈകൾക്ക് മുകളിൽ വെച്ചുകൊണ്ട് പറഞ്ഞു.

'വിഷമം ആയെങ്കിൽ മാപ്പ് ചോദിക്കുന്നു. എങ്ങനെ പറയണം എന്നറിയില്ല. എങ്ങനെ പറഞ്ഞാലും അത് മുഴുവൻ ഫലിപ്പിക്കാൻ കഴിയില്ല. അത്രയേറെ ഇഷ്ടമാണ് എനിക്ക്. ഒരുപാട് കുറവുകളും കുറ്റങ്ങളും എന്റെ ഭാഗത്തുണ്ട് എന്നറിയാം. എങ്കിലും വിട്ടുകളയാൻ കഴിയുന്നില്ല.'

ഒന്നും പറയാൻ കഴിയാതെ ആ അരണ്ടവെളിച്ചത്തിൽ തന്നെ തന്നെ ഉറ്റു നോക്കുന്ന അവളുടെ കണ്ണുകളിലെ തിളക്കം അയാളെ അവളിലേക്ക് വലിച്ചെടുക്കുന്നുണ്ടായിരുന്നു. അവളുടെ വിരലുകളിൽ ഒന്നുകൂടി മുറുകെപ്പിടിച്ച് അയാൾ മുഖം മുന്നോട്ടേക്ക് താഴ്ത്തി അവളുടെ നെറ്റിയിൽ മൃദുവായി ചുംബിച്ചു. ഒരു പിടച്ചിലോടെ ഡോർ തുറന്ന് പുറത്തേ

ക്കിറങ്ങിയ അവൾ ഹോസ്റ്റലിലേക്ക് കയറി പോകുന്നത് അയാൾ പ്രണയാർദ്രമായ ഹൃദയത്തോടെ നോക്കി നിന്നു. അവൾ മുറിയിലേക്ക് കയറി എന്ന് ഉറപ്പു വരുത്തിയശേഷം അയാൾ വണ്ടി സ്റ്റാർട്ട് ചെയ്തു.

മുറിയിലേക്ക് കടന്ന ചിലങ്ക മാഡത്തിന്റെ മുന്നിലേക്കാണ് ചെന്നുനിന്നത്. ചുവരിൽ ചാരി നിൽക്കുന്ന മാഡത്തിന്റെ തൊട്ട് അപ്പുറത്തായി കസേരയിൽ ഒരു തടിച്ചു വെളുത്ത മധ്യവയസ്കൻ ഇരിക്കുന്നുണ്ട്. സ്കൂളിന്റെ മാനേജിങ് ഡയറക്ടർമാരിൽ ഒരാളാണ് അയാൾ എന്ന് ഫോട്ടോയിൽ കണ്ട അറിവേ അവർക്ക് ഉണ്ടായിരുന്നുള്ളൂ. ഒറ്റ നിമിഷം കൊണ്ട് അവൾ വെട്ടി വിയർത്തുപോയി. ഒരു ആശ്രയത്തിന് എന്നവണ്ണം അവൾ മുഖമുയർത്തി ചുറ്റും നോക്കി. പ്രീതയും മെർലിനും ഒരരികിലായി തലകുനിച്ചു നിൽക്കുന്നുണ്ട്. കാര്യങ്ങളെല്ലാം പറഞ്ഞിട്ടുണ്ട് എന്ന് തോന്നുന്നു. എപ്പോഴും ചിരിച്ചു കാണുന്ന മാഡത്തിന്റെ മുഖം കോപം കൊണ്ടു കറുത്തിരുന്നു. ഒന്നും മിണ്ടാതെ ചിലങ്കയും പ്രീതയുടെ അടുത്തേക്ക് നീങ്ങി നിന്നു. നയന പോയ കാര്യം അവർ അറിഞ്ഞെങ്കിൽ ഇനി തങ്ങളുടെ ഒരു വാക്കിനുപോലും പ്രസക്തിയില്ല.

പെട്ടെന്നാണ് അയാൾ മാഡത്തിനോട് എന്തോ പറഞ്ഞു കൊണ്ട് എഴുന്നേറ്റു പുറത്തേക്കു നടന്നത്. അയാളെ അനുഗമിക്കുന്നതിനു മുൻപായി മാഡം തിരിഞ്ഞുനിന്ന് അവരോട് പറഞ്ഞു.

'ഇതിന്റെ കാര്യഗൗരവം നിങ്ങൾക്ക് ഇനിയും മനസ്സിലായിട്ടില്ല. ഒപ്പിട്ടു കൊടുത്ത ബോണ്ട് പേപ്പർ ഇവിടെ ഉള്ളടത്തോളം കാലം ഇവർ പറയുന്നതാണ് നിയമം. ഒന്നുകിൽ ജയിലിൽ കിടക്കേണ്ടിവരും. അല്ലെങ്കിൽ ഇവർ പറയുന്ന കോമ്പൻസേഷൻ കെട്ടി വെക്കേണ്ടി വരും. മിക്കവാറും അത് ലക്ഷങ്ങൾ ആയിരിക്കും ചോദിക്കുന്നത്. നിങ്ങളറിയാതെയായിരുന്നു അവൾ പോയതെങ്കിൽ അങ്ങനെയെങ്കിലും ഒരു മാർഗം നിങ്ങളെ സഹായിക്കാൻ ബാക്കി ഉണ്ടായേനെ. പക്ഷേ ഇത് കയ്യോടെയാണ് പിടിച്ചിരിക്കുന്നത്. റെയിൽവേ സ്റ്റേഷനിൽ നിങ്ങൾ ഉള്ള കാര്യം ഇദ്ദേഹമാണ് എന്നെ വിളിച്ചു പറഞ്ഞത്. അത്രയേറെ വിപുലമാണ് ഇവരുടെ നെറ്റ്വർക്ക്. ഇക്കാര്യത്തിൽ എനിക്കും ഒന്നും ചെയ്യാനാകില്ല. രാവിലെ 9 മണിക്ക് മാനേജിംഗ് പാർട്ണർമാരുടെ മീറ്റിംഗ് വിളിച്ചിട്ടുണ്ട്. അതു കഴിഞ്ഞു മാത്രമേ പറയാനാകൂ എന്താണ് അടുത്ത നടപടി എന്ന്.'

കോപത്തോടെ പറഞ്ഞു കൊണ്ട് പുറത്തേക്കിറങ്ങി പോയ മാഡത്തിനെ നോക്കി പെൺകുട്ടികൾ മൂന്നുപേരും തരിച്ചു നിന്നു. ചിലങ്ക ദയനീയമായി പ്രീതയെ നോക്കി.

'ഞങ്ങൾ ഇവിടെ എത്തും മുൻപേ മാഡവും അയാളും ഇവിടെ ഉ

ണ്ടായിരുന്നു. ഒന്നും പറയേണ്ടി വന്നില്ല, അവർ എല്ലാം അറിഞ്ഞിട്ടാണ് വന്നത്.'

'ഇനി നമ്മൾ എന്താ ചെയ്യുക?'

കരയുന്നതു പോലെയുള്ള ആ സ്വരം മെർലിന്റേതായിരുന്നു. അവൾ ആകെ തളർന്നു പോയിരുന്നു. വീട്ടിലെ പട്ടിണിയും കഷ്ടപ്പാടും കാരണമാണ് ഇത്രയേറെ ദൂരെ വന്നു തുച്ഛമായ ശമ്പളത്തിൽ ജോലി ചെയ്യുന്നത്. കേസ് ഒത്തുതീർപ്പാക്കാൻ ലക്ഷങ്ങൾ കൊടുക്കേണ്ടി വന്നാൽ..? അവൾക്ക് കരച്ചിൽ വരുന്നുണ്ടായിരുന്നു.

'ജയിലിൽ പോകുന്നതിലും ഭേദം ആത്മഹത്യയാണ്.'

വെറും നിലത്ത് തളർന്നിരുന്നു കൊണ്ട് ചിലങ്ക പറഞ്ഞു. കഴിഞ്ഞ ഏതാനും മണിക്കൂറുകളായി അനുഭവിച്ച ആത്മസംഘർഷവും അപരിചിതമായ അനുഭവങ്ങളും അവളെ തീർത്തും അവശയാക്കിയിരുന്നു.

'നമുക്കും എങ്ങോട്ടെങ്കിലും പോയാലോ? '

'മണ്ടത്തരം പറയാതെ! തീർച്ചയായും ഇന്ന് രാത്രി നമ്മളെ നോക്കാൻ അവർ ആരെയെങ്കിലും ഏൽപ്പിച്ചിട്ടുണ്ടാവും.'

'റാം സാറിനോട് പറഞ്ഞാലോ?'

പ്രീതയുടെ ചോദ്യത്തിന് മറുപടിയായി പെട്ടെന്നുതന്നെ ചിലങ്ക പറഞ്ഞു.

'വേണ്ട, അനസൂയ മാഡത്തിന്റെ അച്ഛൻ ആയിരിക്കും റെയിൽവേ സ്റ്റേഷനിൽ നിന്ന് ഈ വിവരങ്ങളെല്ലാം അവരെ അറിയിച്ചത്. ഇനിയും റാം സാറിനെ നമുക്കു വേണ്ടി ഒരു പ്രശ്നത്തിലേക്ക് വലിച്ചിഴക്കേണ്ട.'

'പൈസ കൊടുക്കേണ്ടി വന്നാൽ നമ്മൾ എന്താ ചെയ്യുക?'

മെർലിന്റെ ചോദ്യത്തിന് നിശബ്ദത മാത്രമായിരുന്നു ഉത്തരം.

'നമുക്ക് നയനയെ ഒന്നു വിളിച്ചു നോക്കിയാലോ?'

'വേണ്ട. അവളാകെ ആധി പിടിച്ചാണ് പോയിരിക്കുന്നത്. നാളെ എന്താണ് സംഭവിക്കുന്നത് എന്ന് നോക്കിയിട്ട് തീരുമാനിക്കാം നമുക്ക്.'

അന്ന് രാത്രി പെൺകുട്ടികൾ മൂന്നുപേരും ഉറങ്ങിയില്ല. ഇരുട്ടിൽ, അതേ ഇരിപ്പിൽ ഇരുന്ന് അവർ നേരം വെളുപ്പിച്ചു. ഏഴരയോടെ ചിലങ്കയുടെ ഫോൺ റിംഗ് ചെയ്തു. മാഡം ആണ് വിളിക്കുന്നത് എന്ന് കണ്ട് ചിലങ്ക ഭയത്തോടെ പ്രീതയെ നോക്കി.

പ്രീത ഫോൺ അറ്റൻഡ് ചെയ്ത് സ്പീക്കർ മോഡിൽ ഇട്ടു.

'പെട്ടെന്ന് റെഡിയായി നീ മാത്രം ഇങ്ങോട്ടേക്ക് വരൂ ചിലങ്ക. എന്റെ ഫ്ലാറ്റിലേക്ക് വന്നാൽ മതി.'

പറയുന്നതോടൊപ്പം തന്നെ ഫോൺ കട്ടായി കഴിഞ്ഞിരുന്നു. ഭയ

ന്നരണ്ട മുഖത്തോടെ ചിലങ്ക അവിടെത്തന്നെ പകച്ചിരുന്നു.

'ഏതായാലും ഞങ്ങളും കൂടെ വരാം. ഫ്ലാറ്റിനുള്ളിലേക്ക് നീ തനിച്ചു പോയാൽ മതി. ഞങ്ങൾ താഴെ നിൽക്കാം.'

പ്രീതയുടെ തീരുമാനം ചിലങ്കയുടെ മുഖത്തു വല്ലാത്തൊരു ആശ്വാസമാണ് നൽകിയത്. പെൺകുട്ടികൾ മൂന്നുപേരും തിടുക്കത്തിൽ വസ്ത്രം മാറി ഫ്രഷായി താഴേക്കിറങ്ങി. ഹോസ്റ്റലിൽ നിന്നും അഞ്ചു മിനിറ്റ് നടക്കാവുന്ന ദൂരമേയുള്ളൂ ഫ്ലാറ്റിലേക്ക്. കോമ്പൗണ്ടിനുള്ളിൽ ചെന്നു കയറുമ്പോൾ മാഡത്തിന്റെ കാറിനരികിലായി നിർത്തിയിട്ട ആ ഓഡി കാർ ചിലങ്കയ്ക്ക് നല്ല പരിചയം തോന്നി. വല്ലാത്തൊരു ചിന്താകുഴപ്പത്തോടെ ചുറ്റുപാടും നിരീക്ഷിക്കുന്ന അവളോട് പ്രീത പറഞ്ഞു.

'നീ ചെല്ല്. ഞങ്ങൾ ഇവിടെത്തന്നെയുണ്ട്. എന്തെങ്കിലും പ്രശ്നം ഉണ്ടെന്നു തോന്നുകയാണെങ്കിൽ ഉടനെ ഇറങ്ങി പോരൂ. അല്ലെങ്കിൽ ഒരു മിസ് കോൾ ചെയ്യൂ. അനുഭവിക്കാൻ ഉള്ളത് നമുക്ക് ഒരുമിച്ച് അനുഭവിക്കാം.'

നിശ്ചയദാർഢ്യത്തോടെയുള്ള പ്രീതയുടെ സംസാരം ചിലങ്കയിൽ ചെറിയൊരു ആത്മധൈര്യം ഉണ്ടാക്കിയതുപോലെ മർലിനു തോന്നി. പ്രീതയുടെ കൈകളിൽ ഒന്നു മുറുകെ പിടിച്ച ശേഷം ചിലങ്ക മുകളിലേക്ക് നടന്നു.

ഫ്ലാറ്റിന്റെ നേരെ നടന്നു ചെല്ലുമ്പോൾ തന്നെ ചിലങ്കയ്ക്ക് കാണാമായിരുന്നു മലർക്കെ തുറന്നിട്ട മുൻ വാതിലുകൾ. പ്രധാന വാതിലിനു നേരെ നടന്നു ചെന്ന് ഹാളിലേക്ക് പ്രവേശിക്കാൻ തുനിഞ്ഞ അവൾ അവിടെത്തന്നെ തറഞ്ഞു നിന്നു പോയി.

'കയറി വരൂ ചിലങ്ക മാഡം.. കാത്തിരിക്കാൻ തുടങ്ങിയിട്ട് മണിക്കൂറുകളായി.'

വിറച്ചു... വിയർത്തു... തളർന്നു നിൽക്കുന്ന ചിലങ്കയുടെ മുന്നിൽ, ഹാളിലെ വലിയ സോഫയിൽ, പട്ടുസാരിയും അതിനൊത്ത മിതമായ ആഭരണങ്ങളുമണിഞ്ഞ്, സകലവിധ പ്രൗഢികളോടെ റാമിന്റെ ഭാര്യ അനസൂയ കാലിന്മേൽ കാൽ കയറ്റി വെച്ച് ഇരിക്കുന്നുണ്ടായിരുന്നു. തൊട്ടരികിലായി വിയർത്തു നിൽക്കുന്ന മാഡത്തിന്റെ മുഖത്തെ തളർച്ച ചിലങ്ക ശ്രദ്ധിച്ചു.അവൾ ദയനീയമായി അനസൂയയെ നോക്കി. അവരുടെ ചുണ്ടുകളിലെ പുച്ഛ ചിരിയും കണ്ണുകളിലെ വെറുപ്പും ഒറ്റനോട്ടത്തിൽ തന്നെ ചിലങ്കയ്ക്ക് മനസ്സിലാവുന്നുണ്ടായിരുന്നു.

വിറയ്ക്കുന്ന കാലടികളോടെ അകത്തേക്ക് പ്രവേശിച്ചപ്പോൾ തനിക്കു പിന്നിലായി വലിയ ശബ്ദത്തിൽ വാതിലടഞ്ഞ ശബ്ദം കേട്ട് ഞെട്ട

ലോടെ തിരിഞ്ഞു നോക്കിയപ്പോളാണ് മധ്യവയസ്കരായ രണ്ടു പുരുഷന്മാർ കൂടി റൂമിൽ ഉണ്ടെന്ന് ചിലങ്കയ്ക്ക് മനസ്സിലായത്. അതിലൊരാൾ ഇന്നലെ ഹോസ്റ്റലിലെ റൂമിൽ വന്ന ആളാണെന്ന് അവൾക്ക് മനസ്സിലായി.

അവൾക്കപ്പോൾ റാമിന്റെ വാക്കുകൾ ഓർമ്മ വന്നു.

'വിട്ടുകളയാൻ കഴിയുന്നില്ല.'

സകലതും തകരാൻ പോകുന്നു എന്ന തിരിച്ചറിവോടെ ചിലങ്ക മുഖം കുനിച്ച് അനസൂയയുടെ മുന്നിൽ തളർന്നു നിന്നു.

അധ്യായം 10

'വളച്ചുകെട്ടില്ലാതെ നേരിട്ട് പറയുന്ന രീതിയാണ് എനിക്കിഷ്ടം. ചിലങ്ക മിസ്സ് ഇരുന്നോളൂ. കുറച്ചു കൂടുതൽ സംസാരിക്കാൻ ഉണ്ട്. സ്കൂളിന്റെ രണ്ട് മാനേജിങ് പാർട്ണർമാർ ആണ് ഇവർ. സാറിനെ ഇന്നലെ പരിചയപ്പെട്ടു എന്നറിഞ്ഞു. ഇത് എന്റെ അച്ഛനാണ്.'

എങ്ങനെയെങ്കിലും ഒന്നു പുറത്തു കടന്നാൽ മതിയെന്ന വേവലാതിയോടെ നിൽക്കുന്ന ചിലങ്കയിൽ ഒരനക്കവും ഉണ്ടായില്ല. പലപ്രാവശ്യം കേട്ടിട്ടുണ്ടെങ്കിലും ആദ്യമായിട്ടാണ് അനസൂയ മാഡത്തിന്റെ അച്ഛനെ നേർക്കുനേർ കാണുന്നത്. കറുത്ത് തടിച്ച ഉയരമുള്ള ഒരാളായിരുന്നു അയാൾ. കോടീശ്വരന്റേതായ എല്ലാവിധ അലങ്കാരങ്ങളും ശരീരത്തിലുണ്ട്. മാല തന്നെ കുറഞ്ഞത് അഞ്ച് പവൻ ഉണ്ടാവും. തള്ള വിരലുകൾ ഒഴിച്ചുള്ള മറ്റെല്ലാ വിരലുകളിലും മോതിരങ്ങൾ. നവരത്ന കല്ല് പതിച്ചത് വേറിട്ടു കാണാം.

'കൂച്ചോ അമ്മാ.. (ഇരിക്കൂ കുട്ടി)

എന്ന അയാളുടെ ക്ഷണം കൂടിയായതോടെ ചിലങ്ക പരുങ്ങലോടെ പറഞ്ഞു.

'വേണ്ട ഞാൻ ഇവിടെ നിന്നോളാം.'

എന്തോ പറയാനാഞ്ഞ അയാളെ തടഞ്ഞുകൊണ്ട് അനസൂയ മാഡം പറഞ്ഞു.

'അച്ഛാ ഞാൻ പറയാം!'

പിന്നെ ചിലങ്കക്ക് നേരെ തിരിഞ്ഞു കൊണ്ട് പറഞ്ഞു.

'അധികമൊന്നുമില്ല പറയാൻ. അന്നത്തെ സംഭവം ചിലങ്കക്ക് ഓർമ്മ ഉണ്ടാവുമെന്ന് കരുതുന്നു. ഞങ്ങളുടെ കുടുംബത്തിന്റെ തന്നെ പ്രതീക്ഷയും ആശ്രയവും ആകേണ്ട ഒരു സന്തോഷത്തെയാണ് ഒരു നിമിഷംകൊണ്ട് ചിലങ്ക ഇല്ലാതാക്കിയത്. '

ചിലങ്കയിൽ തളർച്ച പ്രകടമായിത്തുടങ്ങി. മനസ്സിനെ ഏറ്റവും കൂടുതൽ വേദനിപ്പിച്ച ആ സംഭവം അവൾ മറന്നു തുടങ്ങുകയായിരുന്നു. ഉണങ്ങി തുടങ്ങിയ പുണ്ണിൽ വീണ്ടും മുറിവേൽപ്പിച്ച് ചോര ഒഴുകുന്നതിന്റെ രസമാണ് അവർ ആസ്വദിക്കുന്നത് എന്നവൾക്ക് തോന്നി. ഒന്നും

മിണ്ടാൻ കഴിയാതെ കഴുത്തിൽ പൊടിഞ്ഞുതുടങ്ങിയ വിയർപ്പ് ഷാളുകൊണ്ട് അമർത്തി തുടച്ച് അവൾ തലകുനിച്ചു നിശബ്ദമായി നിന്നു.

'അപ്പോൾ പറഞ്ഞു വരുന്നത് എന്താണെന്ന് വെച്ചാൽ എനിക്ക് ആ കുഞ്ഞിനെ വേണം.'

ചിലങ്ക ഒരു ഞെട്ടലോടെ മുഖമുയർത്തി. എന്താണ് ഇവർ പറയുന്നത്? മരിച്ചുപോയ കുഞ്ഞിനെ എങ്ങനെ തിരിച്ചുകൊടുക്കാൻ? അവൾ ദയനീയമായി അനസൂയയെ നോക്കി കൈകൂപ്പി കൊണ്ട് പറഞ്ഞു.

'ഞാൻ മനപ്പൂർവ്വം ചെയ്തതല്ല മാഡം. അപ്പോഴത്തെ അവസ്ഥയിൽ പറ്റിപ്പോയതാണ്. ഞാൻ അറിഞ്ഞില്ല നിങ്ങൾ പുറകിലുള്ളത്.'

കരച്ചിലിന്റെ വക്കിലെത്തിയ ചിലങ്കയോട് കൈയുയർത്തി നിർത്താൻ ആംഗ്യം കാണിച്ച് അനസൂയ തുടർന്നു.

'അതിനു ഞാൻ നിന്നെ കുറ്റപ്പെടുത്തുന്നില്ല പക്ഷേ. ഇനിയൊരു കുഞ്ഞിനെ വഹിക്കാനുള്ള ശേഷി എന്റെ ഗർഭപാത്രത്തിനില്ലെന്നാണ് ഡോക്ടർമാർ ഉറപ്പിച്ചു പറഞ്ഞത്. എങ്കിലും ഞാൻ റിസ്ക് എടുക്കാൻ തയ്യാറാണ്, പക്ഷേ റാം സമ്മതിക്കില്ല. അതുകൊണ്ടുതന്നെ എനിക്കൊരു ഗർഭപാത്രം വേണം. ഹോസ്പിറ്റലിൽ അറിയിച്ചാൽ കമ്മീഷൻ വ്യവസ്ഥയിൽ അവർ നൂറുപേരെ കൊണ്ടുവരും.പക്ഷേ, അതിൽ മറ്റൊരു പ്രശ്നമുണ്ട്. അണ്ഡത്തിന് ശേഷിക്കുറവ് ഉള്ളതുകൊണ്ട് ഒരുപക്ഷേ വാടക ഗർഭപാത്രത്തിനുടമയായ സ്ത്രീയിൽ നിന്ന് തന്നെ അണ്ഡവും സ്വീകരിക്കേണ്ടി വന്നേക്കാം. ഈ കുഞ്ഞ് ഞങ്ങളുടെ ഭാവിയുടെ താക്കോലാണ്. അവൻ തീർച്ചയായും ജനിക്കണം. ഇല്ലെങ്കിൽ ഞങ്ങളുടെ നിലനിൽപ്പ് തന്നെ അപകടത്തിലാവും. അതേസമയം തന്നെ ഏറ്റവും നല്ലൊരു ഗർഭത്തിൽ ആവണം അവൻ ജനിക്കേണ്ടത് . റാം അസോസിയേറ്റ്സിന്റെ അടുത്ത എംഡി ജനിക്കാനുള്ള എല്ലാ യോഗ്യതകളും തികഞ്ഞ ഒരു സ്ത്രീയുടെത് തന്നെയാവണം ആ ഗർഭപാത്രം എന്ന് എനിക്ക് നിർബന്ധമുണ്ട്.'

ഒരു നാടോടി കഥ കേൾക്കുന്ന അതിശയത്തോടെ ചിലങ്ക ഒന്നും മനസ്സിലാകാതെ അനസൂയയുടെ സംസാരം തന്നെ കേട്ടുകൊണ്ടിരുന്നു. ഒന്ന് പുഞ്ചിരിച്ച ശേഷം അനസൂയ തുടർന്നു.

'അതിനുവേണ്ടി ഞങ്ങൾ തിരഞ്ഞെടുത്തത് ചിലങ്കയെ ആണ്. വെറും ഒരു വർഷത്തെ കാര്യമേയുള്ളൂ.'

അനാഥയായതുകൊണ്ടുതന്നെ ചിലങ്കക്ക് ആരെയും ബോധിപ്പിക്കേണ്ടതില്ലെന്ന് ഞങ്ങൾക്കറിയാം. ഏറ്റവും സുരക്ഷിതമായ താമസവും മറ്റു സൗകര്യങ്ങളും ഞങ്ങൾ ഏർപ്പാടാക്കിയിട്ടുണ്ട്. പറയുന്ന പൈസയും

കയ്യിലെത്തും. '

കേട്ട വാക്കുകൾ വിശ്വസിക്കാനാവാതെ ഞെട്ടലോടെ അനസൂയയെ തന്നെ തുറിച്ചു നോക്കി തരിച്ചു നിൽക്കുകയായിരുന്നു ചിലങ്ക. ആവശ്യപ്പെടുകയല്ല, ആജ്ഞാപിക്കുകയാണ് ചെയ്തിരിക്കുന്നത്. അതും കേട്ടുകേൾവി മാത്രമുള്ള ഒരു കാര്യം. ഒന്നു പുഞ്ചിരിച്ചുകൊണ്ട്, എഴുന്നേറ്റ അനസൂയ അവൾക്ക് നേരെ നടന്നടുത്തു. അടുത്തുവന്നു തോളിൽ കൈവെച്ചു കൊണ്ട് പറഞ്ഞു.

'നയനയും പ്രീതയും മർലിനും നീയുമടക്കം നിങ്ങൾ നാലുപേരും എഗ്രിമെന്റ് ലംഘിച്ചതിനെ തുടർന്ന് ഞങ്ങൾ നടത്താൻ പോകുന്ന കേസുകൾ തീർപ്പാകുമ്പോൾ ഒരുപക്ഷേ വർഷങ്ങളോളം നിങ്ങൾ ജയിലിൽ കിടക്കുകയോ ലക്ഷങ്ങൾ കെട്ടി വയ്ക്കുകയോ ചെയ്യേണ്ടി വന്നേക്കാം.

ഒരു ജീവിതം കൊതിച്ച് ഓടിപ്പോയ നയന ഇനിയും നാട്ടിൽ എത്തിയിട്ടില്ല. അവൾ ഞങ്ങളുടെ കയ്യിൽ തന്നെ ഭദ്രമായി ഉണ്ട്. പക്ഷേ ഞങ്ങളത് പുറംലോകത്തെ അറിയിക്കുകയില്ല. അപ്പോൾ സ്വാഭാവികമായും നിങ്ങൾക്കാണ് അവളുടെ ജീവന്റെ ഉത്തരവാദിത്വം.

ചിലങ്കയാണ് തീരുമാനിക്കേണ്ടത് നിങ്ങൾ നാലുപേരുടെ ഭാവി എന്താവണമെന്ന്.

ചിലങ്ക എടുക്കുന്ന തീരുമാനത്തിൽ ആണ് നിങ്ങളുടെ ജീവിതം. കാര്യങ്ങൾ ഡീറ്റെയിൽ ആയി റെജീന മാഡം പറഞ്ഞുതരും. ബാക്കി കാര്യങ്ങൾ പുറകെ അറിയിക്കാം.'

തലയുയർത്തി പിടിച്ചു കൊണ്ട് ഒന്നും സംഭവിക്കാത്ത മട്ടിൽ ഒരു നിറപുഞ്ചിരിയോടെ അവർ പുറത്തേക്കിറങ്ങി പോകുന്നത് ചിലങ്ക സ്വപ്നത്തിലെന്നപോലെ കണ്ടു. പാതിവഴിയിൽ തിരിഞ്ഞു നിന്ന അവർ എന്തോ ആലോചിച്ച് ചിലങ്കയുടെ അടുത്തേക്ക് വന്നു കപടമായ ഒരു ദയനീയ ഭാവത്തോടെ പറഞ്ഞു.

'ദയവുചെയ്ത് ഇതൊന്നും റാമും ആയി ഡിസ്കസ് ചെയ്യരുത്. ചിലങ്കക്ക് അങ്ങനെ ചെയ്യേണ്ട അടുപ്പം റാമും ആയി ഇല്ല എന്നാണ് എന്റെ വിശ്വാസം. അന്നത്തെ അബോർഷനു ശേഷം ഞങ്ങളുടെ ജീവിതം തകർച്ചയുടെ വക്കിലാണ്. അത് തീർത്തും പിരിഞ്ഞു പോകുവാൻ വീണ്ടും നീയൊരു കാരണമാകരുത്.'

തൊട്ടടുത്ത് വന്ന് റെജീന മാഡം ചുമലിൽ കൈവച്ചപ്പോഴാണ് ചിലങ്ക ഞെട്ടിയുണർന്നത്.

'ഇവിടെ ഇരിക്കു പറയട്ടെ.'

എന്തോ പറയാനാഞ്ഞ അവരുടെ കൈ തട്ടിമാറ്റി കൊണ്ട് ചിലങ്ക ഇറങ്ങി താഴേക്ക് ഓടി. പുറത്ത് മറ്റാരുടെയും കണ്ണിൽപ്പെടാതെ കാത്തു നിൽക്കുകയായിരുന്ന പ്രീതയും മെർലിനും അവളുടെ പരവേശം കണ്ടു ഭയപ്പെട്ടു പോയി. അടുത്തേക്കോടി വന്നു അവളുടെ ചുമലിൽ കൈവച്ച് കൊണ്ട് പ്രീത ചോദിച്ചു.

'എന്താ അവരു പറയുന്നത്? കേസ് കൊടുക്കും എന്ന് തന്നെയാണോ?'

'വാ റൂമിലേക്ക് പോകാം. തീരെ വയ്യ എനിക്ക്.'

ഒരക്ഷരം മിണ്ടാനാകാതെ ചിലങ്ക പ്രീതയുടെ കൈ പിടിച്ചു വലിച്ച് വേഗത്തിൽ ഓടി. അവൾക്ക് വിഷമമുണ്ടാക്കുന്ന എന്തോ ഒന്ന് സംഭവിച്ചിട്ടുണ്ട് എന്ന തിരിച്ചറിവിൽ പ്രീതയും മെർലിനും നിശബ്ദരായി അവളെ അനുഗമിച്ചു. ഹോസ്റ്റൽ റൂമിൽ എത്തിയ ചിലങ്ക ഒന്നും പറയാതെ കട്ടിലിനെ അഭയം പ്രാപിച്ചതോടെ കാര്യങ്ങൾ വിചാരിച്ചതിൽ കൂടുതൽ ഗൗരവമുള്ളതാവുകയാണ് എന്ന് മനസ്സിലാക്കിയ കൂട്ടുകാരികളും നിശബ്ദത പാലിച്ചു. ഇതിനിടയിൽ പ്രീത ഫോണെടുത്തു രണ്ടുമൂന്നു പ്രാവശ്യം നയനയെ വിളിക്കാൻ ശ്രമിച്ചെങ്കിലും ഫോൺ സ്വിച്ച് ഓഫ് ആണെന്ന അറിയിപ്പാണ് എത്തിയത്.

ആലോചനക്കിടയിൽ എപ്പോഴോ അടഞ്ഞുപോയ കൺപോളകൾ ആരുടെയോ അടക്കിപ്പിടിച്ച സംസാരം കേട്ടാണവൾ വലിച്ചു തുറന്നു നോക്കിയത്. കാൽക്കൽ ആയി ചിന്താഭാരത്തോടെ ഇരിക്കുന്ന റജീന മാഡത്തെ കണ്ട് അവൾ പിടഞ്ഞെഴുന്നേറ്റു. അവരുടെ കണ്ണുകളിൽ അലിവ് പ്രകടമായിരുന്നു. കൈ നീട്ടി അവളുടെ കാലുകളിൽ സ്പർശിച്ചുകൊണ്ട് അവർ പറഞ്ഞു.

'ഞാൻ നിർബന്ധിക്കുന്നില്ല. നീ ഇതിനു സമ്മതിച്ചില്ലെങ്കിൽ എന്റെ ഇത്രയും വർഷത്തെ അദ്ധ്വാനവും, ഒരുപക്ഷേ ഞാൻ തന്നെയും ഈഭൂമിയിൽ നിന്നും മാഞ്ഞു പോയേക്കാം. എങ്കിലും എനിക്ക് ഭയമില്ല. പക്ഷേ നയന.. അവളുടെ അവസ്ഥ എന്താണെന്നോ എവിടെയാണെന്നോ നമുക്കറിയില്ല. ഇനിയൊരു പക്ഷേ അവൾ ജീവനോടെ പുറംലോകം കാണുമോ എന്ന് പോലും ഉറപ്പില്ല. അവൾ നിന്റെ ആരുമല്ല അതുകൊണ്ടു തന്നെ വേണമെങ്കിൽ നിനക്ക് കണ്ണടച്ച് നിഷേധിക്കാം. ഉചിതമെന്നു തോന്നുന്നത് ചെയ്യുക! അതേയുള്ളൂ പറയാൻ. ഇതിൽ നിന്നും ഒഴിഞ്ഞു മാറിയാലും അവർ നിങ്ങളെ സമാധാനത്തോടെ ജീവിക്കാൻ വിടില്ല. പണത്തിനും പദവിക്കും ആർത്തിപിടിച്ച സ്ത്രീയാണവർ. മനസിലുറപ്പിച്ചത് നേടാൻ വേണ്ടി ഏതറ്റംവരെയും പോകാൻ മടിയില്ലാത്തവരാണ്

അവർക്കു കൂട്ട്. അവർ പറഞ്ഞതു പോലെ വേണമെങ്കിൽ നൂറ് സ്ത്രീ കളെ അവർക്ക് കിട്ടും പക്ഷേ എന്തുകൊണ്ടോ നിന്നെ തന്നെ വേണം എന്നാണ് അവർക്ക് വാശി. അതിന്റെ പുറകിലെ രഹസ്യം എന്താണെന്ന് എനിക്കുമറിയില്ല...'

പകച്ചുനിൽക്കുന്ന മൂന്നു പെൺകുട്ടികളെയും അനുകമ്പയോടെ ഒന്നു നോക്കി റെജീന മാഡം വാതിൽ തുറന്നു പുറത്തേക്കിറങ്ങി പോയി.

ഈ സമയം ഗണവരം എയർപോർട്ടിൽ പുറപ്പെടാൻ ഒരുങ്ങുന്ന ഹൈദരാബാദ് ഫ്ലൈറ്റിൽ കണ്ണടച്ചിരിക്കുന്ന അനസൂയയോട് തൊട്ടടു ത്തിരിക്കുന്ന മധ്യവയസ്കയായ സ്ത്രീ ചോദിച്ചു.

'ഇതൊക്കെ ശരിയാകുമോ മോളെ? ആ പെണ്ണ് സമ്മതിച്ചിട്ട് പോരെ ഹോസ്പിറ്റലിലേക്ക് പോയി കാര്യങ്ങൾ തീരുമാനിക്കാൻ? ഇല്ലെങ്കിൽ വേറെ ആരെയെങ്കിലും നോക്കാം നമുക്ക്.'

അനസൂയ കണ്ണുതുറന്ന് അമ്മയെ നോക്കി.

തുടർന്ന് ആലോചനയോടെ പറഞ്ഞു.

'വേറെ ആരും വേണ്ട. അവളാണെങ്കിൽ മാത്രമേ റാം സമ്മതിക്കുക യുള്ളൂ. അവളെ ആദ്യം കണ്ടപ്പോൾ തന്നെ എനിക്ക് അപകടസൂചന കിട്ടിയതാണ്. അയാളുടെ സ്വപ്നത്തെ കണ്ടുമുട്ടിയ ഭ്രമമാണ് ഇപ്പോൾ അയാൾക്ക്. ഞാൻ ഒന്നും അറിയുന്നില്ല എന്ന മിഥ്യാധാരണയോടെ അവ ളോടുള്ള പ്രണയത്താൽ നീറുകയാണ് അയാൾ. അവൾ സമ്മതിക്കും!എ നിക്കുറപ്പാണ്. സമ്മതിക്കട്ടെ, അതിനുശേഷം ബാക്കി.'

'ഒടുവിൽ ഇത് വേണ്ടായിരുന്നു എന്ന് തോന്നരുത്! പ്രസവം കഴിയു ന്നതോടെ കൂടുതൽ അപകടത്തിൽ ആകരുത് കാര്യങ്ങൾ.'

'പ്രസവത്തോടെ ഓരോവർഷവും എത്രയോ സ്ത്രീകളാണ് മരിച്ചു പോകുന്നത്. അതിൽ നമുക്ക് എന്ത് ചെയ്യാൻ കഴിയും? ദൈവ നിശ്ചയം എന്ന് കരുതി സമാധാനിക്കുകയല്ലാതെ.'

പല്ലു കടിച്ചു കൊണ്ടുള്ള അനസൂയയുടെ സംസാരം കേട്ട് അവളു ടെ അമ്മ നേരിയ ഉൾഭയത്തോടെ ചുറ്റും നോക്കി, നിശ്ശബ്ദയായി ഇ രുന്നു.

തനിക്കുചുറ്റും ഇരുമ്പു ചങ്ങലകളാൽ തയ്യാറാവുന്ന ചിലന്തിവലയെ കുറിച്ച് ഒന്നും അറിയാതെ ഹോസ്റ്റൽ റൂമിലെ കട്ടിലിൽ ചിലങ്ക തളർ ന്നിരുന്നു.

അധ്യായം 11

'നീ ഇന്നലെ പത്മാന്റിയെ കാണാൻ പോയിരുന്നോ?'

അയഞ്ഞ ഒരു ബനിയനും ത്രീ ഫോർത്തുമിട്ട് ജോഗിംഗ് കഴിഞ്ഞ് മുകളിലെ ജിമ്മിൽ നിന്നും ഇറങ്ങി വരികയായിരുന്ന അനസൂയ റാമിന്റെ ചോദ്യം കേട്ട് തിരിഞ്ഞു നിന്നു. ഹൈദരാബാദിലെ പ്രശസ്തമായ ഐ വി എഫ് ക്ലിനിക്കുകളിൽ ഒന്നാണ് അനസൂയയുടെ അമ്മയുടെ സഹോദരി കൂടിയായ പത്മജയുടെ ഡോക്ടർ പത്മജ ഐ വി എഫ് & മെറ്റേർണിറ്റി ക്ലിനിക്. വളരെ കൈപ്പുണ്യം ഉള്ള ഡോക്ടർ ആയതു കൊണ്ട് തന്നെ മക്കളില്ലാത്ത ഒരുപാട് പേരുടെ ആശ്രയമാണ് പത്മ ഡോക്ടർ.

'യെസ്. ഞാൻ റാമിനോട് പറഞ്ഞിരുന്നില്ലേ? സറോഗസിയെക്കുറിച്ച്. കാര്യങ്ങൾ കുറച്ചുകൂടി ഡീറ്റെയിൽ ആയി അറിഞ്ഞിരിക്കണം എന്ന് തോന്നി.'

'അനു... നിനക്കെന്താണ് കാര്യങ്ങൾ എത്ര പറഞ്ഞാലും മനസ്സിലാകാത്തത്? നമുക്ക് ആഗ മോളില്ലേ?'

റാമിന്റെ സ്വരത്തിലെ അസഹനീയത അനസൂയ തിരിച്ചറിഞ്ഞു. പുഞ്ചിരി നിറയുന്ന മുഖഭാവത്തോടെ അവൾ സ്നേഹപൂർവ്വം ഭർത്താവിനോട് പറഞ്ഞു.

'റാം എന്തിനാണ് ടെൻഷൻ ആവുന്നത്? എന്തുകൊണ്ടാണ് ഞാനൊരു കുഞ്ഞിനുവേണ്ടി ആഗ്രഹിക്കുന്നതെന്ന് എന്നെക്കാൾ നന്നായി നിങ്ങൾക്കറിയാം. ഇതൊന്നും നാളെ നടക്കാനിരിക്കുന്ന കാര്യങ്ങളല്ല. നമ്മൾ ആഗ്രഹിച്ചത് പോലൊരു സറോഗേറ്റ് മദറിനെ ലഭിച്ചാൽ മാത്രമേ നമുക്ക് ഇത് മൂവ് ചെയ്യേണ്ട കാര്യമുള്ളൂ. അതിനുവേണ്ടി എന്തിനാണ് ഇപ്പോളേ ടെൻഷനടിക്കുന്നത്?'

ഉത്തരം മുട്ടി നിൽക്കുന്ന ഭർത്താവിനെ സ്നേഹപൂർവ്വം ഒന്നു കടാക്ഷിച്ചതിനുശേഷം.

'പത്തു മണിക്കല്ലേ കോൺഫറൻസ്? സമയം ഇപ്പോൾ തന്നെ ഒൻപതു കഴിഞ്ഞു.'

എന്ന് ഓർമിപ്പിച്ചു കൊണ്ടവർ അകത്തേക്ക് നടന്നു. എന്താണ് മറു

പടി പറയേണ്ടത് എന്നറിയാതെ നിസ്സഹായതയോടെ റാം അവിടെത്തന്നെ ഭാര്യയെ നോക്കി നിന്നു.

എത്ര വിദഗ്ധമായാണ് അവൾ ഒരു പ്രശ്നത്തിന്റെ മുനയൊടിച്ചു കളഞ്ഞത്.

കണ്ടുമുട്ടിയ കാലംമുതൽ ഇങ്ങനെയാണവൾ. അച്ഛനും മകളും ഒരേ തരക്കാരാണ്. ചിരിച്ചുകൊണ്ട് കഴുത്തറക്കുന്ന രീതി ആണ് പഥ്യം. നിസ്സഹായതയോടെ ഒന്ന് തല കുടഞ്ഞു കൊണ്ട് അകത്തേക്ക് നടക്കുമ്പോഴാണ് അയാളുടെ ഫോൺ ശബ്ദിച്ചത്. സ്ക്രീനിൽ ചിലങ്ക എന്ന പേര് തെളിഞ്ഞതോടെ ഇരുൾ നിറഞ്ഞ ആ മുഖത്ത് ഒരു പ്രകാശം മിന്നിമറഞ്ഞു. ഒരു പുഞ്ചിരിയോടെ അയാൾ കോൾ ബട്ടൺ അമർത്തി.

'ഒന്ന് ശ്രീരാമസ്വാമി കോവിലിൽ വരെ വരാമോ? ഞാനിവിടെയുണ്ട്. കുറച്ചു സമയം മതി.'

അവളുടെ തളർന്ന, അപേക്ഷ പോലെയുള്ള സ്വരം അയാളിൽ ചിന്താക്കുഴപ്പം ഉണ്ടാക്കിയെങ്കിലും പെട്ടെന്നുതന്നെ,

'പത്തു മിനിറ്റിനുള്ളിൽ ഞാൻ എത്താം.' എന്നു പറഞ്ഞു ഫോൺ കട്ട് ചെയ്തു മുറിയിലേക്ക് നടന്നു.

കോവിലിന്റെ താഴെയുള്ള ഗ്രൗണ്ടിലേക്ക് വണ്ടി ഓടിച്ചു കയറുമ്പോഴേ റാം കണ്ടു തന്നെയും കാത്തു നിൽക്കുന്ന ചിലങ്കയെ.

അയാൾ വണ്ടി നിർത്തുമ്പോൾ തന്നെ അവൾ പെട്ടെന്ന് നടന്നു വന്നു പുറകിൽ കയറി ഇരുന്നു കഴിഞ്ഞിരുന്നു.

'കോവിലിൽ എന്തോ പ്രാർത്ഥന നടക്കുന്നുണ്ട്, നിറയെ ആളുകളാണ്. ഒരു പത്തുമിനിറ്റ് എന്നെ എങ്ങോട്ടെങ്കിലും കൊണ്ടുപോകാമോ?'

വണ്ടി മുന്നോട്ട് എടുക്കുന്നതിനിടയിൽ അയാൾ കണ്ണാടിയിലൂടെ അവളെ ശ്രദ്ധിച്ചു.

ഉറക്കമില്ലാത്തവരുടേതു പോലെ മുഖം ചുവന്നും കണ്ണുകൾ ഇറുങ്ങിയും കാണപ്പെട്ടു. പുറം നിറഞ്ഞുകിടക്കുന്ന കനത്ത മുടി അശ്രദ്ധമായ കുളി പിന്നൽ കാരണം മുന്നിലേക്ക് വീണു കിടക്കുന്നു.

കടും പച്ചക്കരയുള്ള സെറ്റും മുണ്ടും പച്ച ബ്ലൗസുമാണ് വേഷം. പതിവ് പ്രസരിപ്പും ലജ്ജ കലർന്ന പുഞ്ചിരിയും മൃദുവായ കടാക്ഷങ്ങളും അവളിൽ നിന്ന് മാഞ്ഞുപോയിരിക്കുന്നു. റെജീന മാഡം വിവരങ്ങളറിഞ്ഞു ഒരുപക്ഷേ ശാസിച്ചിട്ടുണ്ടാവാം. ചിന്തകളിൽ അമർന്ന് നിശബ്ദനായി അയാൾ വേഗത്തിൽ വണ്ടി ഓടിച്ചു.

'ചിലങ്ക. താൻ ഇറങ്ങുന്നില്ലേ?' എന്ന ചോദ്യമാണ് ചിലങ്കയെ ചിന്തകളിൽ നിന്നുണർത്തിയത്. അവൾ കണ്ണ് തുറന്നു ചുറ്റും നോക്കി. ഒരു

വലിയ ഈന്തപ്പന തോട്ടത്തിലാണ് വണ്ടി കിടക്കുന്നത്. ഇടയിലൂടെ തെങ്ങും കാണാം.

പടർന്നുപന്തലിച്ച വലിയ ഓലകളുടെ മറവിൽ ഭൂമി കറുത്തിരുണ്ട് കിടക്കുന്നു. സദാസമയവും മണ്ണ് ഹോസ് വെച്ച് നനയ്ക്കുന്നതിന്റേതാവാം, ഇരുണ്ട ചതുപ്പിൽ എത്തിച്ചേർന്ന പ്രതീതിയായിരുന്നു ചിലങ്കയിൽ. പതുക്കെ ഡോർ തുറന്നു പുറത്തിറങ്ങിയ അവൾ ചുറ്റും നോക്കുന്നത് കണ്ടു റാം പറഞ്ഞു.

'ഇത് നമ്മുടെ ഫാം ആണ്. ഇതുപോലെ തന്നെ അപ്പുറത്ത് മറ്റൊരു തോട്ടമുണ്ട്. ഇത് രണ്ടും നോക്കിനടത്തുന്നത് ഒരാളാണ്. ഇന്ന് അപ്പുറമാണ് ഡ്യൂട്ടി മല്ലയ്യക്ക്.'

നിശബ്ദയായി കൈ കെട്ടി ദൂരത്തേക്ക് എങ്ങോ നോക്കി നിൽക്കുന്ന ചിലങ്കയുടെ അരികിലേക്ക് ചെന്ന് അയാൾ ചോദിച്ചു.

'എന്തുപറ്റി തനിക്ക്? മുഖം വല്ലാതെ ആയിരിക്കുന്നല്ലോ കുട്ടി?'

മുഖമുയർത്തി നിർവികാരമായ ഒരു നോട്ടത്തോടെ അവൾ അയാളോട് ചോദിച്ചു.

'നമ്മളീ ചെയ്യുന്നത് തെറ്റല്ലേ?'

ഒരു നിമിഷം നിശബ്ദനായി നിന്ന അയാൾ അവളെ ഉറ്റു നോക്കി കൊണ്ട് പറഞ്ഞു.

'മറ്റുള്ളവരുടെ കാഴ്ചപ്പാടിനെ കുറിച്ച് ഞാൻ ചിന്തിക്കുന്നില്ല. പക്ഷേ എന്റെ കാഴ്ചപ്പാടിൽ എന്റെ ഈ ജന്മത്തിലെ ഏറ്റവും വലിയ ശരികളാണ് ആഗമോളും നീയും എന്റെ ജീവിതത്തിലേക്ക് കടന്നുവന്നത്.'

'സാറിന്റെ കുടുംബത്തെക്കുറിച്ച് പറയൂ.'

പെട്ടെന്നുള്ള ചിലങ്കയുടെ ആവശ്യം കേട്ട് റാം ഒന്നു പകച്ചു. പിന്നെ പുഞ്ചിരിയോടെ അവളുടെ കയ്യിൽ പിടിച്ചു തന്റെ നെഞ്ചിലേക്ക് ചേർത്തണച്ചു കൊണ്ട് ചോദിച്ചു.

'എന്തുപറ്റി മാഡം വഴക്കു പറഞ്ഞോ നിന്നെ? എന്നോട് ഒന്നും മറച്ചു വെക്കരുത്, ഞാൻ സംസാരിക്കാം അവരോട്. ഞാൻ കാരണം നിനക്ക് ബുദ്ധിമുട്ടു വരുന്നത് എനിക്ക് സഹിക്കാൻ കഴിയില്ല.'

അവൾ മൃദുവായി അയാളുടെ കൈ വിടുവിച്ച് തിരിച്ച് കാറിൽ തന്നെ കയറിയിരുന്നു. ആ ഭാവമാറ്റം മനസ്സിലാക്കിയ റാം വണ്ടിക്ക് ഉള്ളിലേക്ക് കടന്ന് അവളുടെ അരികിലായി ഇരുന്നുകൊണ്ട് പറഞ്ഞു.

'നീ ഇപ്പോൾ കാണുന്നതാണ് എന്റെ കുടുംബം. നാട്ടിൽ എവിടെയോ എനിക്ക് കുറച്ചു വേരുകൾ കൂടി ബാക്കിയുണ്ട്. പക്ഷേ അച്ഛനും അമ്മയും മരിച്ചതോടെ ഞാൻ അതൊക്കെ ഉപേക്ഷിച്ചു എന്നു തന്നെ

പറയാം. കഞ്ഞിക്ക് ഗതിയില്ലാതെ വന്നു കയറിയ മലയാളി പയ്യനെ വിശ്വസിച്ച് ഒരു സ്ഥാപനം ഏൽപ്പിച്ച മുതലാളിയോടുള്ള നന്ദിയാണ് അനസൂയയുടെ കഴുത്തിൽ കിടക്കുന്ന എന്റെ താലി. സ്വന്തം ജീവിതത്തിലേക്ക് കടന്നു വരേണ്ട പെണ്ണിനെ കുറിച്ച് സങ്കല്പങ്ങളോ സ്വപ്നങ്ങളോ ഇല്ലാത്ത ഒരുവൻ ആയിരുന്നില്ല ഞാൻ. പക്ഷേ എതിർക്കാനുള്ള കാരണങ്ങളും ഉണ്ടായിരുന്നില്ല. എങ്കിലും, രണ്ടു ജീവിതസാഹചര്യങ്ങളിൽ, രണ്ടു ഭാഷയിൽ, രണ്ടു സംസ്കാരത്തിൽ, രണ്ട് സാമ്പത്തിക സ്ഥിതിയിൽ വളർന്നവർ എന്നും രണ്ടായിരിക്കും എന്ന് ജീവിതം കൊണ്ട് ഞാൻ പഠിച്ചു. ഞങ്ങൾക്കിടയിൽ പരാതികളോ വഴക്കുകളോ ഉണ്ടായിട്ടില്ല.

എത്രയേറെ ഉയർന്ന നിലയിൽ എത്തിയ ഭർത്താവ് ആണെങ്കിലും ഒരു കാലത്ത് അച്ഛന്റെ ജോലിക്കാരനായിരുന്നു എന്ന തിരിച്ചറിവ് ഉള്ളിൽ ഉള്ളതുകൊണ്ടാവാം അവളും എന്നോട് ഒരുപാട് അടുത്തില്ല.'

'മോൾ എപ്പോഴാണ് ജനിച്ചത്?'

അയാൾ ഒരു നിമിഷം നിശബ്ദനായി നിന്നു മുഖം കുനിച്ചു കൈകളിലേക്ക് നോക്കി കൊണ്ട് പറഞ്ഞു.

'നിന്നോടെനിക്ക് ഒന്നും മറച്ചു വയ്ക്കാനില്ല ചിലങ്ക.. നിന്നെ കണ്ട നിമിഷം തന്നെ അറിയാമായിരുന്നു നീ എന്റെതാണെന്ന്. ഏതോ ജന്മത്തിൽ എവിടെയോ നാം പരിചിതരായിരുന്നുവെന്ന്.'

ഒന്നു നിർത്തി ശ്വാസം എടുത്തുകൊണ്ട് അയാൾ തുടർന്നു.

'ആഗ അനസൂയ പ്രസവിച്ച ഞങ്ങളുടെ രക്തത്തിൽ പിറന്ന കുഞ്ഞല്ല. അവളുടെ ഗർഭപാത്രത്തിന് ഒരു കുഞ്ഞിനെ താങ്ങാനുള്ള ശേഷി ഇല്ലാത്തതിനാൽ സ്വന്തം ഇഷ്ടപ്രകാരം ഞങ്ങൾ ദത്തെടുത്ത കുഞ്ഞാണ് ആഗമോൾ. അതിൽ അവളുടെ ബന്ധുമിത്രാദികൾക്ക് കടുത്ത അമർഷമുണ്ട്.'

പ്രതീക്ഷിച്ചത് കേട്ട ഭാവമായിരുന്നു ചിലങ്കയിൽ. കൈകളിൽ മുഖം താങ്ങി ദീർഘശ്വാസം എടുക്കുന്ന അയാളുടെ മുടിയിഴകളിൽ അവൾ ദയയോടെ വിരലോടിച്ചു. ഒരാശ്രയം കാത്തിരുന്നതുപോലെ അയാൾ പതുക്കെ അവളുടെ മടിയിലേക്ക് ചാഞ്ഞു കിടന്നു.

പെട്ടെന്നുള്ള അയാളുടെ ചലനത്തിൽ ഒന്നു പകച്ചു പോയെങ്കിലും അവൾ മനസ്സാന്നിധ്യം കൈവിടാതെ അയാളുടെ മുടിയിഴകളിൽ വിരലോടിക്കുന്നത് തുടർന്നു.

'ഇപ്പോൾ അവളുടെ ഏറ്റവും വലിയ ആഗ്രഹം സറോഗസി ട്രീറ്റ്മെന്റിലൂടെ ഒരു പെൺകുഞ്ഞിനു ജൻമം നൽകണമെന്നാണ്. അതിനു

പിറകിലെ ഗൂഢലക്ഷ്യങ്ങൾ എന്താണെന്ന് എനിക്ക് അറിയില്ല എന്നാണ് അവരുടെ ധാരണ. പക്ഷേ ഇത്രയും വർഷങ്ങൾ കൊണ്ടു ഞാൻ കഠിനാധ്വാനം ചെയ്തുണ്ടാക്കിയ എന്റെ സമ്പത്തിലാണ് അവരുടെ കണ്ണ് എന്ന് ഞാൻ എന്നേ മനസ്സിലാക്കിയിരിക്കുന്നു. അതുകൊണ്ടു തന്നെയാണ് ഞാൻ ഈ ചികിത്സയെ പ്രോത്സാഹിപ്പിക്കാത്തത്. പക്ഷേ കൂടുതൽ എതിർക്കും തോറും അതിന്റെ ഫലം അനുഭവിക്കേണ്ടി വരുന്നത് ഒന്നുമറിയാത്ത ആഗ മോളാണ്. ആ വീട്ടിൽ ഞാൻ മാത്രമാണ് എന്റെ കുഞ്ഞിന് ഒരാശ്രയം.'

'സാറിന് ആഗ്രഹമില്ലേ അപ്പോൾ സ്വന്തമായി ഒരു കുഞ്ഞു വേണമെന്ന്?'

ചിലങ്കയുടെ ചോദ്യത്തിന് മലർന്നുകിടന്നു അവളുടെ മുഖത്തേക്ക് നോക്കി കൊണ്ട് അയാൾ പറഞ്ഞു.

'തീർച്ചയായും ഉണ്ട്. താൻ കേട്ടിട്ടില്ലേ? 'പുത് 'എന്ന നരകത്തിൽ നിന്നും പിതാവിനെ രക്ഷിക്കുന്നവനാണ് പുത്രൻ എന്ന്. അത് പുത്രൻ ആയാലും പുത്രി ആയാലും ഒരു മനുഷ്യ ജന്മത്തിന്റെ സാഫല്യമാണ് അടുത്ത തലമുറയെ സൃഷ്ടിക്കുക എന്നത്. പക്ഷേ അതിനുവേണ്ടി ഒന്നുമറിയാത്ത ആ പാവം കുഞ്ഞിനെ ഒറ്റപ്പെടുത്തുന്നതിനോട് എനിക്ക് യോജിപ്പില്ല. ഞങ്ങൾക്ക് സ്വന്തമായി ഒരു കുഞ്ഞു ജനിച്ചാൽ തീർച്ചയായും ആഗ മോളെ പുറത്താക്കാനുള്ള വഴികൾ ആവും അവർ ആദ്യം അന്വേഷിക്കുക. ഇന്നല്ലെങ്കിൽ നാളെ അങ്ങനെയൊരു കുഞ്ഞു ജനിച്ചാലും എന്നും എന്റെ ആദ്യത്തെ കുഞ്ഞ് ആഗ മാത്രമായിരിക്കും.'

മലർന്നു കിടക്കുന്ന അയാളുടെ ശ്വാസം തന്നിലേക്ക് തട്ടാതിരിക്കാൻ നിവർന്നു, കുറച്ചു പിറകിലേക്ക് ചാരിയിരുന്ന ചിലങ്കയുടെ കൈകൾ അയാൾ വീണ്ടും എടുത്ത് തന്റെ മുടിയിഴകളിൽ ചേർത്തുവച്ചു കൊണ്ട് അവളുടെ ലജ്ജയും പരിഭ്രാന്തിയും നിറഞ്ഞ കണ്ണുകളിലേക്കു നോക്കി പറഞ്ഞു.

'മരിക്കുന്നതുവരെ ജീവിക്കുക എന്നത് മാത്രമായിരുന്നു കഴിഞ്ഞ കുറച്ചു വർഷങ്ങളായി ജീവിതത്തിന്റെ ലക്ഷ്യം.

പക്ഷേ അന്നു നീ എന്റെ നെഞ്ചിലേക്ക് വന്നു വീണ ആ നിമിഷം മുതൽ എന്റെ സങ്കല്പങ്ങളും സ്വപ്നങ്ങളും പ്രതീക്ഷകളും ആഗ്രഹങ്ങളും നിനക്ക് ചുറ്റുമാണ് ചിലങ്കാ. അതു തെറ്റാണെന്നറിഞ്ഞു തിരുത്താൻ ശ്രമിക്കുമ്പോഴൊക്കെ പിണങ്ങി നിൽക്കുന്ന ഒരു കുഞ്ഞിനെപ്പോലെ എന്നിലേക്ക് തിരിച്ചു വരാതെ അത് നിന്നെ ചുറ്റിപ്പറ്റി മാത്രം നിൽക്കുന്നു. മരണം വരെയും ചേർത്തുപിടിക്കാൻ കൊതിക്കുന്നു.'

അയാളുടെ കണ്ണുകളിൽ തെളിഞ്ഞു കാണുന്ന സ്നേഹം അവൾക്ക് മനസ്സിലാവുന്നുണ്ടായിരുന്നു. അവളുടെ വിരലുകൾ അയാളുടെ മുടിയിഴകളിൽ ആർദ്രമായി തഴുകി കൊണ്ടിരുന്നു. ലജ്ജയും പരിഭ്രാന്തിയും കൊണ്ട് ചിമ്മി അടയുന്ന പ്രിയപ്പെട്ടവളുടെ കണ്ണുകളിലേക്ക് നോക്കി കൊണ്ട് വലതു കൈ ഉയർത്തി അവളുടെ പുറത്തു കൂടെ തന്നിലേക്ക് ചേർത്ത് പിടിച്ചു കൊണ്ടയാൾ സെറ്റ് സാരിയുടെ വെളുത്ത നേർത്ത പാളികൾക്കിടയിലൂടെ തെളിഞ്ഞു കാണുന്ന അവളുടെ വയറിലേക്ക് മുഖമമർത്തി കൊണ്ട് മന്ത്രിച്ചു.

' നിനക്കറിയില്ല കുട്ടീ. എത്ര മേൽ ജീവനാണ് നിന്നെ എനിക്കെന്ന്. നീ വന്നപ്പോഴാണ് ഞാൻ മനസ്സിലാക്കുന്നത് ഇതുവരെ ജീവിച്ചതായിരുന്നില്ല ജീവിതമെന്ന്.'

അയാളുടെ അധരങ്ങളുടെ ചൂട് തന്നിലേക്ക് തട്ടും തോറും ചിലങ്ക ലജ്ജയും ജാള്യതയും കൊണ്ട് പിടഞ്ഞു. പരമാവധി നിവർന്നു സീറ്റിലേക്ക് ചായാൻ ശ്രമിക്കുന്ന അവളുടെ ചലനങ്ങൾ ആസ്വദിച്ചുകൊണ്ട് നേർത്ത ചന്ദനഗന്ധം തങ്ങിനിൽക്കുന്ന അണിവയറിലെ രോമരാജികളിലൂടെ ഒഴുകിയിറങ്ങിയ അയാളുടെ ചുണ്ടുകൾ അവളുടെ പൊക്കിൾ ത്തടത്തിൽ വന്നമർന്നു. ഒരേങ്ങലോടെ പൊള്ളി പിടഞ്ഞ അവളെ തന്നിലേക്ക് ചേർത്തമർത്തി കൊണ്ട് അയാളുടെ അധരങ്ങൾ വീണ്ടും വീണ്ടും അവളിലെന്തോ തിരഞ്ഞുകൊണ്ടിരുന്നു .

ഒരു പിടച്ചിലോടെ സീറ്റിൽ നിന്നും ഉയർന്നുപൊങ്ങിയ ചിലങ്കയുടെ വിരലുകൾ അയാളുടെ മുടിയിഴകളിൽ മുറുകി. ഒരു ദീർഘനിശ്വാസത്തോടെ കണ്ണുകളടച്ച് പിറകിലേക്ക് ചാഞ്ഞു കൊണ്ട് അവൾ മന്ത്രിച്ചു.

'മതി സാമി... നമുക്ക് പോകാം.'

അധ്യായം 12

അസംബ്ലി കഴിഞ്ഞ് കുട്ടികൾ ക്ലാസിലേക്ക് പോകുന്നത് നോക്കി നിൽക്കുകയായിരുന്നു റെജീന മാം.

'നയന എവിടെയാണുള്ളത്?'

തൊട്ടുപിറകിൽ ചിലങ്കയുടെ ശബ്ദം കേട്ട് അവർ ഞെട്ടി തിരിഞ്ഞു നോക്കി. ഒരു നിമിഷം എന്താണ് മറുപടി പറയേണ്ടത് എന്നറിയാതെ അവർ പരുങ്ങി.

'ആക്ചലി എനിക്ക് ശരിക്കറിയില്ല. അനസൂയ മാഡത്തിനറിയാം. നമ്മുടെ തീരുമാനങ്ങൾ പോസിറ്റീവ് ആണെങ്കിൽ മാത്രം അവരെ വിളിച്ചാൽ മതി എന്നാണ് അവർ പറഞ്ഞത്. നീ ഒന്നും പറയാത്തത് കൊണ്ട് ഞാൻ പിന്നീടവരെ വിളിച്ചില്ല.'

'എങ്കിൽ വിളിക്കൂ, ആദ്യം എനിക്ക് നയനയോട് സംസാരിക്കണം. അതിനുശേഷം ഞങ്ങൾക്ക് ഞങ്ങളുടെ ഭാഗം കുറച്ചു പറയാനുണ്ട്. അത് സമ്മതമാണെങ്കിൽ ബാക്കി കാര്യങ്ങൾ തുടർന്നാലോചിക്കാം.'

മുഖത്തേക്കിരച്ചു കയറി വന്ന അമിതാഹ്ലാദം ഗൂഢമായി ഒളിപ്പിച്ചു കൊണ്ട് റെജീന മാം ചിലങ്കയുടെ ചുമലിൽ കൈവെച്ചു പറഞ്ഞു.

'നന്നായി ആലോചിച്ചിട്ട് മാത്രം മതി മോളെ. നാളെ, മറ്റുള്ളവർക്കു വേണ്ടി നിന്റെ ജീവിതം ത്യാഗം ചെയ്തു എന്ന നഷ്ടബോധം ഉണ്ടാവാൻ ഇടവരരുത്.'

ചിലങ്കയുടെ മുഖത്ത് ഒരു പുച്ഛ ചിരി വിരിഞ്ഞു.

'എനിക്കെന്തു നഷ്ടമാണ് മാം? പൂർണമായും ഈ ലോകത്ത് അനാഥയായി പോയ എന്നെയല്ലാതെ വേറെ ആരെയാണ് മാഡം ഈയൊരു പ്രവർത്തിക്ക് ഉചിതമായി തിരഞ്ഞെടുക്കുക?'

'കുട്ടി ഓഫീസിലേക്ക് ഇരുന്നുകൊള്ളൂ. ഞാൻ ഫോൺ ചെയ്ത് ഇപ്പോൾ വരാം.'

എന്നു പറഞ്ഞു കൊണ്ട് ദൂരേക്ക് മാറി നിന്ന് ഫോൺ കയ്യിലെടുത്ത് ആർക്കോ ഡയൽ ചെയ്യുന്ന റെജീന മാമിനെ നോക്കി ചിലങ്ക നിർവ്വികാരയായി കൈകെട്ടി നിന്നു. കുറച്ചു സമയത്തെ സംസാരത്തിന് ശേഷം അവർ തിരിച്ചു വരുമ്പോഴും അവൾ അതേ നിൽപ്പ് തന്നെയായിരുന്നു.

'വൈകുന്നേരം ആറുമണിക്ക് അവർ വരാമെന്നറിയിച്ചിട്ടുണ്ട്, അപ്പോൾ എല്ലാ കാര്യങ്ങൾക്കും തീരുമാനം ഉണ്ടാക്കാം. തൽക്കാലം ക്ലാസിലേക്ക് പൊയ്ക്കോളൂ. കുറേ ദിവസമായില്ലേ ലീവ്.'

മാമിന്റെ സംസാരം കേട്ട് തിരിഞ്ഞു നിന്ന ചിലങ്കയുടെ കണ്ണുകളിൽ തീ ആളുണ്ടായിരുന്നു. അസഹനീയമായ വേദന മറച്ചുപിടിച്ച് അവൾ പറഞ്ഞു.

'നിങ്ങൾ ഇപ്പോൾ കണ്ടുപിടിച്ചു തന്ന ജോലിയേക്കാൾ വലുതാണോ ഇനിയെന്ത് ജോലിയാണെങ്കിലും? നല്ല പൈസ കിട്ടും എന്നല്ലേ പറഞ്ഞത്. പിന്നെ എന്തിനാണ് വെറുതെ ഞാനെന്റെ എനർജി കളയുന്നത്.'

മുഖത്തടിച്ചതു പോലെ വാക്കുകൾ വാരിയെറിഞ്ഞ് ഇറങ്ങിപ്പോകുന്ന ചിലങ്കയെ അവർ പല്ലു കടിച്ചു, അമർഷം അടക്കി നോക്കി നിന്നു. ഗേറ്റ് കടക്കും മുൻപ് തിരിഞ്ഞുനിന്ന് അവൾ പറഞ്ഞു.

'ആറുമണിക്ക് ഞങ്ങൾ വരും. നയനയോട് സംസാരിച്ചതിനു ശേഷം മാത്രം ബാക്കി.'

നടന്നകലുന്ന ചിലങ്കയെ നോക്കിക്കൊണ്ട് ഗൂഢമായ ഒരാനന്ദത്തോടെ അവർ ഫോൺ വീണ്ടും ഡയൽ ചെയ്തു.

'നീ നല്ലോണം ആലോചിച്ചോ ചിലങ്ക? ഇത് നിന്റെ ജീവിതമാണ്. ഒരുപക്ഷേ ഇനി നിനക്ക് ഒരിക്കലും മനസ്സിൽ ഈ ഒരു ദുഃഖവും പേറി ഒരു വിവാഹം കഴിച്ചു ജീവിക്കാൻ സാധിച്ചെന്നു വരില്ല.

വെറും മാസങ്ങളുടെ പരിചയമുള്ള സുഹൃത്തിനുവേണ്ടി ഇത്രയും വലിയൊരു ത്യാഗം ചെയ്യുന്നതിനുമുൻപ് നീ നന്നായി ഒന്നുകൂടി ആലോചിക്കൂ.'

'അപ്പോൾ നയനയെ അവർ എന്തു വേണമെങ്കിലും ചെയ്തോട്ടെ എന്നാണോ പ്രീത നീ പറഞ്ഞു വരുന്നത്?'

ചിലങ്കയുടെ ചോദ്യം കേട്ട് പ്രീത ഒന്നു പകച്ചു. പിന്നെ തൊട്ടടുത്തിരിക്കുന്ന അവളുടെ കൈ കവർന്നു കൊണ്ടു പറഞ്ഞു.

'അതല്ലടാ.. ഞങ്ങൾ നിന്റെ ആരുമല്ല. ഞങ്ങൾക്കുവേണ്ടി നിന്റെ ജീവിതം നശിപ്പിക്കുന്ന ഒരു പ്രവർത്തിയും ചെയ്യരുത്.

നിനക്ക് റാം സാറിനോട് സ്നേഹമുണ്ടെന്ന് ഞങ്ങൾക്കറിയാം. പക്ഷേ അത് ഇപ്പോഴത്തെ വെറും ഭ്രമം മാത്രമാണ്. അദ്ദേഹം അറിയുന്നു പോലുമില്ല നീ ചെയ്യാൻ പോകുന്ന ത്യാഗം. ഒരുപക്ഷേ നാളെ അറിഞ്ഞേക്കാം. എങ്കിൽപോലും ഭാര്യയും മക്കളുമുള്ള അദ്ദേഹത്തിന്റെ ജീവിതത്തിൽ നിനക്കൊരു സ്ഥാനമില്ല.'

അത്രയും നേരം സംസാരിച്ചു കൊണ്ടിരിക്കുന്ന പ്രീതയുടെ ഇടയിൽ

കയറി മെർലിൻ അവളെ ശരിവെച്ചുകൊണ്ട് പറഞ്ഞു.

'ശരിയാണ്. അവർ എന്താണ് ചെയ്യുന്നത് എന്നുവച്ചാൽ ചെയ്യട്ടെ. ജയിലിൽ കിടക്കേണ്ടി വന്നാൽ നമുക്ക് ഒരുമിച്ച് കിടക്കാം. ഇതിനേക്കാൾ വലിയ സങ്കടങ്ങൾ താണ്ടി വന്നവരല്ലേ നമ്മൾ.?'

തനിക്കുവേണ്ടി ആവേശത്തോടെ സംസാരിക്കുന്ന സുഹൃത്തുക്കളെ ചിലങ്ക സ്നേഹത്തോടെ നോക്കി. മർലിന്റെ അരികിലേക്ക് നീങ്ങി ഇരുന്നു കൊണ്ട് അവളുടെ കൈ കൂടി തന്റെ കൈകളിലേക്ക് ചേർത്ത് വെച്ചവൾ പറഞ്ഞു.

'അച്ഛനും അമ്മയും ഇന്റർ കാസ്റ്റ് മാര്യേജ് ആയതുകൊണ്ട് ചെറുപ്പ കാലം എന്നും ഒളിച്ചോട്ടത്തിന്റേതായിരുന്നു. കുറച്ചുകാലം എവിടെയെങ്കിലും താമസിക്കുമ്പോളേക്കും അമ്മയുടെ ബന്ധുക്കൾ ഞങ്ങളെ കണ്ടുപിടിക്കും എന്ന ഭയമാണ്. ഏതോ വലിയ കോവിലകം ആയിരുന്നു അമ്മയുടെത്. അവരെ സംബന്ധിച്ചിടത്തോളം ഒരു ക്രിസ്ത്യാനിയുടെ കൂടെ ഒളിച്ചോടിയ മകൾ എന്നതിനേക്കാൾ മരിച്ചുപോയ മകൾ എന്നു പറയുന്നതായിരുന്നു അഭിമാനം. അതിനുവേണ്ടി സദാസമയം അവർ പ്രയത്നിച്ചു കൊണ്ടേയിരുന്നു. ഞങ്ങൾ ജീവനും കയ്യില്പിടിച്ച് ഓടിക്കൊണ്ടുമിരുന്നു.

അതിനിടയിൽ എപ്പോഴോ തിരിച്ചറിഞ്ഞു അമ്മ ഒരു ഹൃദ്രോഗി ആണെന്ന്. അതിന്റെ ചികിത്സ കൂടിയായി ജീവിതം. എന്റെ പതിനാറാമത്തെ വയസ്സിലാണ് അച്ഛൻ മരിക്കുന്നത്. പിന്നീട് അമ്മയുടെ ചികിത്സയ്ക്ക് വേണ്ടിയുള്ള തുക സംഭരിക്കാനുള്ള നെട്ടോട്ടം ആയിരുന്നു. അതോടെ പഠനവും പാതിയിൽ നിലച്ചു. ഒടുവിൽ കിടപ്പാടം വരെ വിറ്റാണ് ഓപ്പറേഷൻ നടത്തിയത്. പക്ഷേ അമ്മയെ കിട്ടിയില്ല. അമ്മയുടെ മരണം അറിഞ്ഞു വരുന്ന ബന്ധുക്കൾ ഒരുപക്ഷേ എന്നെ അപായപ്പെടുത്തുമെന്ന ഭയം കാരണം അമ്മയുടെ ഏറ്റവും അടുത്ത സുഹൃത്തും കലാക്ഷേത്രയിലെ ടീച്ചറുമായ സുവർണ്ണമ്മയാണ് ഇത്രയും ദൂരെ ഈ ഒരു ജോലിയുമായി എന്നെ റജീന മാഡത്തിന്റെ അരികിലേക്ക് എത്തിച്ചത്.'

നിറഞ്ഞു വരുന്ന മിഴികൾ തുടച്ചു കൊണ്ട് ചിലങ്ക തുടർന്നു.

'ഇവിടെ വന്നപ്പോഴാണ് സൗഹൃദം, സ്നേഹം, സമാധാനം. ഇതൊക്കെ ഞാനറിഞ്ഞത്. നമ്മൾ ഒരുമിച്ചു കഴിഞ്ഞ കുറച്ച് മാസങ്ങളാവും എന്റെ ജീവിതത്തിലെ ഏറ്റവും മനോഹരമായ കാലം. നാട്ടിലേക്ക് തിരിച്ചു പോയാൽ ഞാൻ ജീവനോടെ ഉണ്ടാകുമോ എന്നറിയില്ല. അമ്മയുടെ സകല സ്വത്തുക്കൾക്കും അവകാശിയായ ഒരു സഹോദരൻ ഞങ്ങ

ളെ കയ്യിൽ കിട്ടിയാൽ വെട്ടി നുറുക്കാൻ ആയി കാത്തു നിൽക്കുന്നുണ്ടെന്നാണ് കേട്ടിട്ടുള്ളത്. അതിനുമുൻപ് ഞാൻ സ്നേഹിക്കുന്നവർക്കെങ്കിലും എന്റെ ജീവിതം കൊണ്ട് ഒരുപകാരമാവട്ടെ.'

പറഞ്ഞുകൊണ്ടിരുന്ന ചിലങ്കയെ തടസ്സപ്പെടുത്തിക്കൊണ്ട് പ്രീത പറഞ്ഞു.

'പക്ഷേ ചിലങ്കാ... നീ ചെയ്യുന്ന ത്യാഗം ഒരിക്കലും റാം സാർ അറിയുകയില്ല. കുഞ്ഞിനെ കൊടുത്തു കഴിഞ്ഞാൽ നിനക്ക് ഈ നാട്ടിൽ പോലും പിന്നീട് നിൽക്കാനാവില്ല. അതൊക്കെ പോട്ടെ! ഇപ്പോൾ നിന്നെ കാണാതായാൽ അദ്ദേഹം അന്വേഷിക്കില്ലേ? അദ്ദേഹത്തോട് നീ എന്താണ് പറയുക?'

ആലോചനയിൽ അമർന്നു കൊണ്ടവൾ മറുപടി പറഞ്ഞു.

'ആദ്യം ഇന്നു വൈകുന്നേരം അനസൂയ മേഡവുമായി കാര്യങ്ങൾ സംസാരിക്കാം. നയന നാട്ടിലെത്തും വരെ സമയമുണ്ടല്ലോ. നമുക്ക് ആലോചിച്ച് തീരുമാനിക്കാം.'

വൈകുന്നേരം റെജീന മാമിന്റെ ഫ്ളാറ്റിൽ കൂട്ടുകാരികൾ മൂന്നുപേരും എത്തുമ്പോൾ അനസൂയ തനിച്ചായിരുന്നു അവരെ കാത്തിരുന്നത്. പതിവുപോലെ വളരെ മനോഹരമായി അണിഞ്ഞൊരുങ്ങി, ചുണ്ടുകളിൽ വിജയസ്മേരവുമായി ഇരിക്കുന്ന അവരെ കണ്ടപ്പോൾ മർലിന് ഒരു കഴുകൻ സോഫയിൽ ചിറകുവിടർത്തി ഇരിക്കുന്നത് പോലെ തോന്നി.

'മുഖവുര ഇല്ലാതെ കാര്യത്തിലേക്ക് കടന്നു കൊള്ളു, എന്താണ് നിങ്ങളുടെ ഡിമാൻഡ്?'

'നയനയോട് സംസാരിക്കണം.'

ചിലങ്കയുടെ ആവശ്യം കേട്ട അവർ ഒരു നിമിഷം പോലും പാഴാക്കാതെ ഫോണെടുത്ത് ഒരു നമ്പർ ഡയൽ ചെയ്ത് സ്പീക്കറിൽ ഇട്ട് ചിലങ്കക്ക് നേരെ നീട്ടി.

മറുവശത്ത് ഫോണെടുത്തത് നയനയായിരുന്നു. അവളുടെ ശബ്ദം കേട്ടപ്പോൾ തന്നെ ചിലങ്ക പിടഞ്ഞെഴുന്നേറ്റു ഫോണെടുത്തു.

'ഹലോ, നയന. നീ എവിടെയാണ് ഇപ്പോൾ? നാട്ടിലെത്തിയോ?'

കുറച്ചു നിമിഷത്തെ നിശബ്ദതയ്ക്കു ശേഷം പേടിച്ചരണ്ട ശബ്ദത്തിൽ നയന പറഞ്ഞു തുടങ്ങി.

'ഇല്ലെടാ.. അന്ന് രാത്രി തന്നെ എന്നെ ട്രെയിനിൽ നിന്നും ആരൊക്കെയോ പിടിച്ചിറക്കി കൊണ്ടുപോയി ഒരു മുറിയിൽ പൂട്ടിയിട്ടിരിക്കുകയായിരുന്നു. എന്റെ ഫോണും നഷ്ടപ്പെട്ടുപോയി. ഇന്ന് രാവിലെയാണ് സത്യത്തിൽ ഞാൻ വിജയവാഡ നിന്നും ട്രെയിൻ കയറിയത്.

ആരോ വന്ന് എന്നെ തുറന്നുവിട്ടു. ഒരുപാട് പുതിയ വസ്ത്രങ്ങളും പണവും അടങ്ങിയ ഒരു ബാഗും തന്നു. കൂടെ തന്നെ നാട്ടിലേക്കുള്ള ടിക്കറ്റ് തന്ന് ട്രെയിനിൽ കയറ്റി വിട്ടു. എന്താണ് ചിലങ്ക അവിടെ സംഭവിക്കുന്നത്? നിങ്ങൾ എല്ലാവരും സേഫ് അല്ലേ?'

നയനയുടെ പരിഭ്രാന്തിയോടെ ഉള്ള ചോദ്യത്തിന് ഉത്തരമായി ചിലങ്ക പറഞ്ഞു.

'ഇവിടെ കുഴപ്പമൊന്നുമില്ല. നീ നാട്ടിൽ എത്തി കാര്യങ്ങളൊക്കെ ശരിയായ ശേഷം വിളിക്കൂ. ഞങ്ങൾ എല്ലാവരും സേഫ് ആണ്.'

അവൾ ഫോൺ കട്ട് ചെയ്യും മുൻപേ തന്നെ അനസൂയ മാഡത്തിന്റെ അടുത്ത ചോദ്യം വന്നു.

'എന്താണ് അടുത്ത ഡിമാൻഡ്?'

പ്രതീക്ഷിച്ച രംഗം ആയതുകൊണ്ടുതന്നെ അക്ഷോഭ്യയായി ചിലങ്ക ആവശ്യപ്പെട്ടു.

'പ്രീതയെയും മെർലിനെയും ഇതുവരെയുള്ള ശമ്പളം കൊടുത്തു, എഗ്രിമെന്റ് റദ്ദ് ചെയ്ത് നാട്ടിലേക്ക് തിരിച്ചു വിടണം. അവിടെ അവർ എന്തെങ്കിലും ജോലി ചെയ്ത് ജീവിച്ചു കൊള്ളും.'

അനസൂയ ഒന്നു പിറകിലേക്കാഞ്ഞു കൈ ഞൊടിച്ചപ്പോൾ റെജീന മാമും മറ്റൊരാളും അകത്തേക്ക് കയറി വന്നു. റെജീന മാമിന്റെ കയ്യിലുള്ള കടലാസ് കൈ നീട്ടി വാങ്ങിയ ശേഷം ചിലങ്കക്ക് നേരെ നീട്ടി അനസൂയ.

'ഇതാ. ഇത് നിങ്ങളുടെ എഗ്രിമെന്റ് റദ്ദ് ചെയ്ത കടലാസ് ആണ്. ഇതിൽ മാനേജ്മെന്റ് സൈൻ ചെയ്തിട്ടുണ്ട്. ഈ നിമിഷം മുതൽ ഇവർ രണ്ടുപേരും ഫ്രീ ആണ്. ഇതുവരെയുള്ള ശമ്പളവും നാട്ടിലേക്കുള്ള ടിക്കറ്റും വാങ്ങി നിങ്ങൾക്ക് തിരിച്ചു പോകാം. അതോടൊപ്പം തന്നെ നയനയ്ക്കു കൊടുത്തതുപോലെ ഓരോ ബാഗും നിങ്ങൾക്കുണ്ട്.'

റെജീന മാമിനോടൊപ്പം അകത്തേക്ക് കയറി വന്നയാൾ കൊണ്ടു വന്ന രണ്ടു ബാഗുകൾ അവർക്കു മുന്നിലെ ടേബിളിലേക്ക് നീക്കിവെച്ചു.

പകച്ചുനിൽക്കുന്ന പെൺകുട്ടികളെ നോക്കി അവർ തുടർന്നു.

'ഇനി എന്തെങ്കിലും?'

'ഇല്ല. ഒന്നുമില്ല.'

പതിഞ്ഞ ശബ്ദത്തിൽ ആലോചനയോടെ പറഞ്ഞ ചിലങ്കയെ നോക്കി അവർ തുടർന്നു.

'എങ്കിൽ നമുക്ക് എഗ്രിമെന്റ് സൈൻ ചെയ്താലോ?'

പറയുന്നതോടൊപ്പം തന്നെ കയ്യിലുള്ള മറ്റൊരു പേപ്പർ ചിലങ്കയുടെ

മുന്നിലേക്ക് നീക്കിവെച്ചു കൊണ്ട് അവർ തുടർന്നു.

'തുകയുടെ കാര്യം ഞാൻ എഴുതിയിട്ടില്ല. നീ പറയുന്നതാണ് പ്രതിഫലം. പേടിയുണ്ടെങ്കിൽ നിബന്ധനകളെല്ലാം വായിച്ചുനോക്കി ഒപ്പിട്ടാൽ മതി.'

എഗ്രിമെന്റ് പേപ്പർ വായിക്കാനായി മുന്നോട്ടാഞ്ഞ പ്രീതയെ തടഞ്ഞു കൊണ്ട് ചിലങ്ക പേനയെടുത്ത് കടലാസിന്റെ അവസാനഭാഗത്ത് ഒപ്പിട്ടു. പകച്ചു നിൽക്കുന്ന പ്രീതയുടെ മുന്നിലൂടെ പേപ്പർ വലിച്ചെടുത്ത ശേഷം അനസൂയ അവരെ നോക്കി പുഞ്ചിരിച്ചു കൊണ്ട് പറഞ്ഞു.

'നിങ്ങളുടെ ശമ്പളവും ടിക്കറ്റും തയ്യാറാണ്. ഇന്ന് രാത്രി ഒൻപതു മണിക്കാണ് ട്രെയിൻ. എത്രയും വേഗം പോയി ബാഗ് പായ്ക്ക് ചെയ്തു കൊള്ളൂ.. എട്ടു മണിക്ക് മുൻപ് വണ്ടി വരും.'

കുറച്ചു നിമിഷത്തെ നിശബ്ദതയ്ക്കൊടുവിൽ റെജീന മാം കൊണ്ടു വന്ന തുകയും ടിക്കറ്റും അവരുടെ ബാഗിൽ വെച്ചു കൊണ്ട് അവർക്ക് നേരെ നീട്ടി.

'നാട്ടിൽ പോയി എന്തെങ്കിലും ജോലി ചെയ്ത് നന്നായി ജീവിക്കൂ കുട്ടികളെ.'

'ഈയൊരു കച്ചവടത്തിൽ നിങ്ങളാണ് ഏറ്റവും ലാഭം കൊയ്തത് എന്ന് ഞങ്ങൾക്കറിയാം. അതിനുള്ള പ്രതിഫലം ഒരുനാൾ നിങ്ങൾക്ക് ലഭിക്കട്ടെ.'

അവരുടെ മുഖത്തുനോക്കി പകയോടെ പറഞ്ഞുകൊണ്ട് പ്രീത ചിലങ്കയുടെ കൈ പിടിച്ച് പുറത്തേക്ക് നടന്നു. പെട്ടെന്നാണ് പിറകിൽ നിന്നും അനസൂയ വിളിച്ചത്.

'ചിലങ്കയെ വിട്ടേക്കൂ. അവൾ ഇനി എന്റെ കൂടെയാണ്. നിങ്ങൾക്കു പോകാം.'

പകച്ചുനിന്ന പെൺകുട്ടികളെ നോക്കി പുഞ്ചിരിയോടെ അവർ തുടർന്നു.

'എഗ്രിമെന്റ് ഒപ്പിട്ട നിമിഷം മുതൽ ഇനി ഒരുവർഷത്തേക്ക് ചിലങ്ക ജീവഹാനി വരാത്ത വിധത്തിലുള്ള എന്റെ എല്ലാ ആവശ്യങ്ങളും അനുസരിക്കാൻ കടപ്പെട്ടവളാണ്. അങ്ങനെയാണ് എഗ്രിമെന്റിൽ പ്രതിപാദിച്ചിരിക്കുന്നത്. സംശയമുണ്ടെങ്കിൽ വായിച്ചു നോക്കാം.'

ഒന്നും മിണ്ടാനാവാതെ നിന്ന പെൺകുട്ടികളുടെ അടുത്തുചെന്ന് ചിലങ്കയുടെ കൈപിടിച്ച് അവർ പുറത്തേക്കു നടന്നു. ഒരു ബലിമൃഗത്തെ പോലെ അവരെ അനുഗമിക്കുന്ന ചിലങ്കയുടെ പിറകെ വിതുമ്പിക്കൊണ്ട്

പ്രീതയും മെർലിനും നടന്നുനീങ്ങി.

താഴെ കാറിനടുത്ത് ചെന്ന് ഒന്നാലോചിച്ചു തിരിഞ്ഞു നിന്ന ശേഷം അവർ ചിലങ്കയോട് ചോദിച്ചു.

'തന്റെ ഫോൺ എവിടെ?'

പറയുന്നതോടൊപ്പം തന്നെ ചിലങ്കയുടെ കയ്യിലുള്ള ഫോൺ അവർ കടന്നെടുത്തു കഴിഞ്ഞു. അതൊന്നു കയ്യിലിട്ടു കറക്കിയ ശേഷം ആലോചനയോടെ അവർ റെജീന മാമിനെ അരികിലേക്ക് വിളിച്ച് അവരുടെ കയ്യിൽ ഫോൺ വെച്ചു കൊടുത്ത ശേഷം ചിലങ്കയെ നോക്കി പറഞ്ഞു.

'ഒരുവർഷം കഴിഞ്ഞ് തിരിച്ചു പോകുമ്പോൾ ഈ ഫോൺ തനിക്ക് കൊണ്ടുപോകാം. വിളിക്കാൻ അടുത്ത ബന്ധുക്കൾ ആരും ഇല്ലല്ലോ? ഇനിയങ്ങോട്ട് തനിക്കുള്ളതെല്ലാം പുതിയതായിരിക്കും. അതിൽ ഫോണും ഉൾപ്പെട്ടിട്ടുണ്ട്.'

എന്തു പറയണമെന്നറിയാതെ പകച്ചുനിൽക്കുന്ന മെർലിന്റെയും പ്രീതയുടെയും മുന്നിലൂടെ തളർന്നു നിൽക്കുന്ന ചിലങ്കയെ വണ്ടിക്കുള്ളിലേക്കു കുറച്ചു ബലംപ്രയോഗിച്ചു കയറ്റി ഇരുത്തി, റെജീന മാഡത്തിനെ നോക്കി അർത്ഥഗർഭമായി ഒന്നു തലയാട്ടിയശേഷം അനസൂയ കാറിലേക്ക് കടന്നിരുന്നു.

നടുക്കടലിൽ തുഴ നഷ്ടപ്പെട്ടവരെ പോലെ ആ രണ്ടു പെൺകുട്ടികൾ തളർന്നു നിൽക്കെ, അതിവേഗത്തിൽ അവരുടെ മുന്നിലൂടെ ആ വണ്ടി അകന്നുപോയി.

അധ്യായം 13

ഒരു കുലുക്കത്തോടെ കാർ നിന്നപ്പോഴാണ് ചിലങ്ക കണ്ണുതുറന്നത്. നോക്കെത്താ ദൂരത്തോളം പരന്നു കിടക്കുന്ന വെള്ളമാണ് കൺമുന്നിൽ. രണ്ടു മൂന്നു ബോട്ടുകൾ വെള്ളത്തിൽ കാത്തു കിടക്കുന്നുണ്ട്. ഉള്ളിൽ തികട്ടി വരുന്ന ഭയത്തോടെ ചുറ്റും നോക്കുന്ന അവളെ കണ്ട അനസൂയ പറഞ്ഞു.

'പേടിക്കേണ്ട. ഈ പ്രോപ്പർട്ടി ഞങ്ങളുടേതാണ്. എന്റെ അച്ഛന്റെ ഓഹരി ആയി ചേട്ടന് ലഭിച്ചത്.'

അപ്പോഴാണ് ചിലങ്ക ബോട്ടിലേക്ക് കയറാൻ പോകുന്ന സ്ഥലത്തേക്കുള്ള വലിയ കവാടത്തിൽ എഴുതിവച്ചിരിക്കുന്നത് ശ്രദ്ധിച്ചത് ഭവാനി ഐലൻഡ്. അതൊരു ദ്വീപാണ് എന്നും ദൂരെ കാണുന്ന പച്ചപ്പ് ഒരു സുഖവാസ കേന്ദ്രം ആണെന്നും അപ്പോളാണ് അവൾക്ക് മനസ്സിലായത്.

അവിടെ ആണോ ട്രീറ്റ്മെന്റ് നടക്കുന്നത്? എന്ന് ചോദിക്കണമെന്നുണ്ടായിരുന്നു, എങ്കിലും ഉൾഭയം അവളെ നിശബ്ദയാക്കി.

കാറ് തുറന്ന് പുറത്തേക്കിറങ്ങിയ അനസൂയയെ നിശബ്ദമായി അവൾ അനുഗമിച്ചു. ബോട്ടിലേക്ക് കയറി ഇരുന്ന് അവൾ ഒന്ന് തിരിഞ്ഞു നോക്കി. വേറെ ആരുമില്ല. താനും മാഡവും മാത്രമാണ് അങ്ങോട്ട് പോകുന്നത്.

അടുത്തേക്ക് ചെന്നപ്പോൾ പച്ചപ്പുനിറഞ്ഞ ഒരു വലിയ വനമാണ് ഭവാനി ഐലൻഡ് എന്ന് ഒറ്റ നോട്ടത്തിൽ തന്നെ അവൾക്ക് മനസ്സിലായി. ബോട്ട് നിർത്തി കരയിലേക്ക് കയറിയ അവരെ സ്വീകരിക്കാനായി രണ്ടു മൂന്നു പുരുഷന്മാർ അവിടെ കാത്തുനിൽക്കുന്നുണ്ടായിരുന്നു. വരാൻ പോകുന്ന നിമിഷങ്ങളെക്കുറിച്ച് യാതൊരുവിധ ഊഹവും ഇല്ലാതെ അനുസരണയോടെ ചിലങ്ക അനസൂയയെ അനുഗമിച്ചു. വെള്ളത്തിനു നടുവിൽ ഒരു നിബിഡവനം. അതിനുള്ളിലായി ഒരുപാടു ട്രീഹൗസുകൾ. അതായിരുന്നു ആ ദ്വീപ്. കരിങ്കല്ലു പാകിയ ഇടുങ്ങിയ നടപ്പാതയുടെ ഇരുവശത്തുമായി വളർന്നുനിൽക്കുന്ന മനോഹരങ്ങളായ പലവിധ ചെടികളും പൂക്കളും അതീവശ്രദ്ധയോടെ പരിപാലിക്കുന്നതാണെന്ന് ഒറ്റനോട്ടത്തിൽ തന്നെ അറിയാം. പേരറിയാത്ത, പിടിച്ചാൽ പിടി ഒതുങ്ങാത്ത വലിയ മരങ്ങൾ. അതിനോടൊപ്പം തന്നെ നിറയെ മുളങ്കാ

ടുകളും. ജീവിതത്തിൽ ഒരിക്കലെങ്കിലും കണ്ടിരിക്കേണ്ടത്രെ വിലപ്പെട്ട മനോഹരമായ ലോകം. വനത്തിനുള്ളിലായി, നോക്കിയാൽ കാണാവുന്ന ദൂരത്തിൽ നിരനിരയായി കെട്ടിയുയർത്തിയ ട്രീ ഹൗസുകൾ. ഓരോന്ന് ഓരോ മരത്തിന്റെ മുകളിലായി നിൽക്കുന്ന രീതിയിലാണ് നിർമ്മാണം. മുകളിലേക്ക് കയറുവാൻ വളഞ്ഞു പിരിഞ്ഞു പോകുന്ന ചൂരൽ കൊണ്ടുള്ള കോണിപ്പടികൾ. മുന്നിൽ കാണുന്ന ഓരോ കാഴ്ചകളും ചിലങ്കക്ക് പുതുമകളായിരുന്നു. എന്നിട്ടും അതൊന്നും ആസ്വദിക്കാൻ അവൾക്ക് കഴിഞ്ഞില്ല. അടുത്ത നിമിഷം എന്താണ് സംഭവിക്കാൻ പോകുന്നതെന്ന ആധി അവളുടെ ഉള്ളം കാർന്നു തിന്നു കൊണ്ടിരുന്നു.

അനസൂയയും ആ പുരുഷന്മാരുമായുള്ള സംസാരത്തിൽ നിന്നും ചിലങ്കക്ക് മനസ്സിലായത് അവരൊക്കെ മാഡത്തിന്റെ ജോലിക്കാരാണ് എന്നാണ്. ഇപ്പോൾ സീസൺ അല്ലാത്തതിനാൽ തിരക്ക് തീരെ കുറവാണ് എന്നാണ് അവർ പറയുന്നത്.

അവരുടെ ചർച്ചകൾ ശ്രദ്ധിച്ചുകൊണ്ട് അവളും അവരെ അനുഗമിച്ചു. അഞ്ചുമിനിറ്റ് നേരത്തെ നടത്തത്തിനു ശേഷം അവരുടെ യാത്ര അവസാനിച്ചത് ഏറ്റവും അറ്റത്തുള്ള ട്രീ ഹൗസിനു താഴെ ആയിരുന്നു. അതിനു തൊട്ടടുത്തായി മറ്റു ട്രീ ഹൗസുകൾ ഒന്നും തന്നെയില്ല. പുരുഷന്മാരോടൊപ്പം അനസൂയയും മുകളിലേക്കു കയറിയപ്പോൾ ചിലങ്കയും പുറകെ നടന്നു. പൂർണ്ണമായും മരപ്പലകകൾ കൊണ്ടു തയ്യാറാക്കിയ ഒരു ഏറുമാടം തന്നെയാണെന്നു പറയാം. നീളമുള്ള വരാന്തയിൽ നിന്നും യുവാക്കളിൽ ഒരാൾ കീ ഉപയോഗിച്ച് ഡോർ തുറന്നതോടെ എല്ലാവരും അകത്തേക്ക് പ്രവേശിച്ചു.

അതൊരു സെൻട്രലൈസ്ഡ് എയർകണ്ടീഷൻഡ് ലക്ഷ്വറി ഫാമിലി ഹട്ട് തന്നെയായിരുന്നു. ചുവന്ന കാർപ്പറ്റ് വിരിച്ച് മൃദുവാക്കിയ നിലം. അലങ്കാര ബൾബുകൾ ഇളം ചുവപ്പു വെളിച്ചം ചൊരിയുന്നു. രണ്ടു ബെഡ്റൂമുകൾ ആണുള്ളത്. അടുക്കള സൗകര്യം ഇല്ലെങ്കിലും. ഹാളിലെ ഡൈനിങ് ടേബിളിൽ തന്നെ അത്യാവശ്യം കുക്കിംഗിന് ഉള്ള സൗകര്യവും ഒരു ഇൻഡക്ഷൻ കുക്കറും സെറ്റ് ചെയ്തിട്ടുണ്ട്.

'തൽക്കാലം നീ ഇവിടെ നിൽക്കൂ. ഇവിടെയാണ് ഏറ്റവും സേഫ്. ഒരുപാട് ലീഗൽ പ്രൊസീജിയർ ഉള്ള കാര്യമാണ് നമ്മൾ ചെയ്യാൻ പോകുന്നത്. ചിലപ്പോൾ സമയമെടുത്തേക്കാം. ഹോസ്പിറ്റലിലെ കാര്യങ്ങളൊക്കെ ശരിയായാൽ അങ്ങോട്ടേക്ക് പോകണം.'

പരിഭ്രാന്തിയോടെ അകം കാഴ്ചകളിൽ കണ്ണോടിക്കുന്ന ചിലങ്കയോട് അനസൂയ പതുക്കെ പറഞ്ഞു. പെട്ടെന്നാണ് അവരുടെ ഫോൺ റിങ്

ചെയ്തത്.

'ഹാ. ഇല്ല റാം. ഞാൻ വീട്ടിൽ എത്തിയിട്ടില്ല. അവളുടെ കാര്യം അമ്മ നോക്കിക്കൊള്ളും. എനിക്ക് കുറച്ച് ഷോപ്പിങ് ഉണ്ടായിരുന്നു. ഹാ... ഇല്ല. കഴിഞ്ഞു. വരാൻ നോക്കുകയാണ്.'

അവരുടെ സംസാരം കേട്ട് അപ്പുറത്ത് റാം ആണല്ലോ എന്നോർത്തപ്പോൾ ചിലങ്കയുടെ ഹൃദയം അറിയാതെ ഒന്നു കുതികുത്തി. അടുത്ത നിമിഷം അവൾ സ്വയം ശാസിച്ചു.

ഇല്ല... എന്റേതല്ലാത്തതൊന്നും എനിക്കുള്ളതല്ല. ആലോചനയോടെ നിൽക്കുന്ന ചിലങ്കക്കരികിലെത്തി അനസൂയ പറഞ്ഞു.

'തനിക്ക് ഹെൽപ്പിനുള്ള സ്ത്രീ ഇപ്പോൾ എത്തും. രണ്ടുദിവസം കൊണ്ട് കാര്യങ്ങൾ എല്ലാം ശരിയായി ഹൈദരാബാദിലേക്ക് പോകാൻ കഴിയും എന്ന് വിചാരിക്കുന്നു.

എനിക്ക് കുറച്ചു തിരക്കുണ്ട്. തനിക്ക് വേണ്ട സാധനങ്ങൾ എല്ലാം അകത്തുണ്ട്. ഭക്ഷണം ഇവർ സമയത്തിന് കൊണ്ടുവന്നു തരും.'

പറയുന്നതോടൊപ്പം തന്നെ വാതിൽ വലിച്ചടച്ച് അവർ ഇറങ്ങി നടന്നു കഴിഞ്ഞിരുന്നു. തളർന്ന ശരീരത്തോടെ, വേദനിക്കുന്ന ഹൃദയത്തോടെ, ചിലങ്ക അവിടെ തറഞ്ഞു നിന്നു. ഒരു ഹാളും രണ്ടു ബെഡ് റൂമുകളും പുറകിലേക്ക് തുറക്കുന്ന വരാന്തയിലേക്ക് ഉള്ളൊരു വാതിലും മാത്രമായിരുന്നു അവൾക്ക് മുന്നിൽ. ഏതോ ഒരു ഉൾപ്രേരണയിൽ എന്നവണ്ണം പുറകിലെ ബാൽക്കണിയിലേക്ക് ഇറങ്ങിയ അവൾ ഞെട്ടിപ്പോയി. താൻ നിൽക്കുന്ന ട്രീ ഹൗസിന് പുറകുവശം നീളമുള്ള ഇരുമ്പ് പില്ലറുകൾ കൊണ്ടാണ് താങ്ങി നിർത്തിയിരിക്കുന്നത്. ആ പില്ലറുകൾ താഴെ വെള്ളത്തിലേക്ക് ഇറങ്ങി പോകുന്നു. ബാൽക്കണിയിൽ നിന്നു നോക്കിയാൽ താഴെ വെള്ളം മാത്രമാണ് കാണുന്നത്. നീന്തൽ അറിയാത്ത ഒരാൾ അറിയാതെയെങ്ങാൻ താഴേക്ക് പതിച്ചാൽ ഒരു മനുഷ്യനെ പോലും കാണാനില്ലാത്ത കാടുപിടിച്ച ആ ഭാഗത്തെ ജലത്തിൽ അമർന്നു പോവുകയേ ഉള്ളൂ. ഉൾക്കിടിലത്തോടെ തറഞ്ഞു നിൽക്കുന്ന ചിലങ്കയുടെ മുന്നിലൂടെ കുറച്ചകലെയായി ഒരു ബോട്ട് അതിവേഗം കരയെ ലക്ഷ്യമാക്കി കുതിച്ചു പാഞ്ഞു പോയി. അത് അനസൂയ മാഡം തിരിച്ചു പോകുന്നതാണെന്ന് അവൾക്ക് മനസ്സിലായി. എത്ര നേരം എന്നറിയാതെ അവൾ അവിടെ തന്നെ തളർന്നു നിന്നു. പുറത്ത് നന്നായി ഇരുട്ടു പടർന്നു തുടങ്ങിയിരുന്നു. ആരോ കാളിങ് ബെൽ അടിക്കുന്ന ശബ്ദം ആണ് അവളെ ചിന്തയിൽ നിന്ന് ഉണർത്തിയത്.

'അനസൂയ മാഡം പറഞ്ഞിട്ട് വന്നതാണ്. കുട്ടിക്കുള്ള ഭക്ഷണം

ഇങ്ങോട്ടേക്ക് എടുത്തിട്ടുണ്ട്.'

വെളുത്തു മെലിഞ്ഞു സാരിയുടുത്ത, നാല്പതു വയസ്സോളം പ്രായം തോന്നിക്കുന്ന ഒരു സ്ത്രീ ആയിരുന്നു അത്. അവർ കയ്യിലുള്ള ഹോട്ട് ബോക്സുകൾ ഡൈനിംഗ് ടേബിളിലേക്ക് വെച്ചു കൊണ്ടു പറഞ്ഞു.

'തണുത്തു പോകും മുൻപ് കഴിച്ചു കൊള്ളൂ. നാളെ മുതൽ എന്താണ് ഇഷ്ടം എന്നു പറഞ്ഞാൽ അതനുസരിച്ച് കൊണ്ടുവരാം.'

ചിലങ്ക നിശബ്ദയായി ഹോട്ട് ബോക്സിന്റെ അരികിലേക്കു നീങ്ങി നിന്നു. ആദ്യം തുറന്ന ബോക്സിൽ കണ്ട വെജിറ്റബിൾ ഫ്രൈഡ് റൈസ് ഒരു പ്ലേറ്റിലേക്ക് കുറച്ചു കോരിയിട്ട ശേഷം അവൾ ആ പ്ലേറ്റുമായി പുറകിലെ ബാൽക്കണിയിലേക്ക് നടന്നു. കായലിലേക്ക് നോക്കിയിരുന്നു കൊണ്ട് ഭക്ഷണം കഴിക്കാൻ ശ്രമിച്ചെങ്കിലും അവളുടെ വിശപ്പ് കെട്ടു പോയിരുന്നു.

ഇരുട്ടിൽ ചലനമറ്റിരിക്കുമ്പോൾ അവൾക്ക് ഒരുപാട് കാലങ്ങൾക്കു ശേഷം അമ്മയെ കാണണം എന്നു തോന്നി. പ്രിയപ്പെട്ടവർ ആരുടെയെങ്കിലും ശബ്ദം കേൾക്കാൻ കഴിഞ്ഞിരുന്നെങ്കിൽ... നയനയോ മർലിനോ പ്രീതയോ അല്ലാതെ തനിക്ക് ആരാണ് ഈ ഭൂമിയിൽ ഇനിയുള്ള ബന്ധുക്കൾ?

റാം... റാം സർ ഇപ്പോൾ തന്നെ ഓർക്കുന്നുണ്ടാവുമോ? പറയാൻ ഒരുപാട് കാരണങ്ങൾ ഉണ്ടെങ്കിലും അദ്ദേഹത്തോടുള്ള അടക്കാനാവാത്ത സ്നേഹം തന്നെയാണ് ഈയൊരു തീരുമാനത്തിനു പിന്നിലെന്ന് എന്നെങ്കിലും അദ്ദേഹമറിയുമോ? അദ്ദേഹത്തിന്റെ കുഞ്ഞിനെയാണ് താൻ വയറ്റിൽ ചുമക്കാൻ പോകുന്നത്. ആ കുഞ്ഞിനെ ഏൽപ്പിച്ച് തിരിച്ചു പോകുന്നതിനു മുൻപ് അദ്ദേഹം സത്യം അറിഞ്ഞിരുന്നെങ്കിൽ..

വേണ്ട... അദ്ദേഹം ഒരിക്കലും അത് അറിയേണ്ട. ആ ജീവിതം ഇനിയെങ്കിലും സമാധാനപൂർണ്ണമാവട്ടെ. നിരർത്ഥകമായ ഈ ഒരു ജീവിതം കൊണ്ട് അങ്ങനെ ഒരു പുണ്യം എങ്കിലും ബാക്കി ആവട്ടെ.

'ഇല്ല സാർ. പെൺകുട്ടികൾ മൂന്നുപേരും ഒരുമിച്ചാണ് ഇവിടെ നിന്നു പോയത്. അവർ മതിയാക്കി പോവുകയാണെന്ന് എഴുതിത്തന്ന എഗ്രിമെന്റ് ആണിത്. പെൻഡിങ് സാലറിയും ക്ലിയർ ചെയ്തു.

നാട്ടിലെത്തി വിളിക്കാൻ പറഞ്ഞിട്ടുണ്ട്. മറ്റൊന്നും അറിയില്ല ആ കുട്ടികളുടെ ഡീറ്റെയിൽസ്. പത്രപരസ്യം കണ്ടു വന്ന ബയോഡാറ്റയിൽ നിന്നും നമ്മൾ സെലക്ട് ചെയ്തതല്ലേ അവരെ? പേഴ്സണൽ കാര്യങ്ങൾ അന്വേഷിച്ചു വെക്കേണ്ട ആവശ്യമില്ലല്ലോ നമുക്ക്. അങ്ങനെയൊരു

പതിവുമില്ല. ഡാൻസ് ടീച്ചറിന് മാത്രമാണ് മൊബൈൽ ഉണ്ടായിരുന്നത്. അവരെ വിളിച്ചപ്പോൾ സ്വിച്ച് ഓഫ് ആണ് പറയുന്നത്. എന്തെങ്കിലും വിവരം ലഭിക്കുകയാണെങ്കിൽ ഞാൻ സാറിനെ അറിയിക്കാം.'

റെജീന മാമിന്റെ മറുപടിക്കു മുൻപിൽ ഒന്നും പറയാൻ കഴിയാതെ റാം നിന്നുരുകി. എന്താണ് ഇനി ചോദിക്കേണ്ടതെന്ന് അയാൾക്ക് അറിയില്ലായിരുന്നു. ഇന്നലെ ഉച്ചമുതൽ ചിലങ്കയെ വിളിക്കുമ്പോൾ ഫോൺ സ്വിച്ച് ഓഫ് ആണ് പറയുന്നത്.

ഇന്ന് രാവിലെ സ്കൂളിലും കണ്ടില്ല. വൈകുന്നേരം മാമിനോട് നേരിട്ട് അന്വേഷിച്ചപ്പോഴാണ് അവരെല്ലാവരും ഇന്നലെ തന്നെ തിരിച്ചു പോയെന്ന് അറിയാൻ കഴിഞ്ഞത്. അതിന്റെ ഞെട്ടലിൽ ആയിരുന്നു അയാൾ. ഇത്രയേറെ സ്നേഹിച്ചിട്ടും, ഹൃദയം തുറന്നു കാര്യങ്ങൾ പറഞ്ഞിട്ടും അവൾക്ക് അതൊന്നും മനസ്സിലായില്ലല്ലോ എന്നതായിരുന്നു അയാളുടെ സങ്കടം. എങ്കിലും അവളെ കുറ്റപ്പെടുത്താൻ കഴിയില്ല. മറ്റൊരു വ്യക്തിയുടെ ഭർത്താവുമായി സ്നേഹം പങ്കുവയ്ക്കുന്നതിലും നല്ലത് സ്വന്തമായി ഒരു ജീവിതം കെട്ടിപ്പടുക്കുന്നതാണെന്ന് അവൾ തീരുമാനിച്ചിട്ടുണ്ടാകാം.

മറ്റൊരു ഭയവും അയാളുടെ ഉള്ളിൽ നിറയുന്നുണ്ടായിരുന്നു. ഒരുപക്ഷേ അനസൂയയോ അവളുടെ അച്ഛനോ എന്തെങ്കിലും കുരുട്ട് ബുദ്ധി ഉപയോഗിച്ച് തനിക്ക് ചിലങ്കയുടെ മേലുള്ള പ്രത്യേക താല്പര്യം മനസ്സിലാക്കിയിട്ടുണ്ടാവുമോ?

അങ്ങനെയെങ്കിൽ അവളെ അവർ വെറുതെ വിടുകയില്ല. പക്ഷേ അങ്ങനെയാണെങ്കിൽ ഇത്ര ലളിതമായി റജീന മാം കാര്യങ്ങൾ വിശദീകരിക്കുകയില്ല. കേട്ടിടത്തോളം അവർ സ്വമനസാലെ തന്നെ ജോലി മതിയാക്കി പോയതാണ്.

എല്ലാ പ്രതീക്ഷയും അസ്തമിച്ചു തളർന്നു തലകുനിച്ചു, രാജകുമാരിയെ തേടിവന്ന യോദ്ധാവ് പടിയിറങ്ങി പോകുന്നത് ഗൂഢമായ പുഞ്ചിരിയോടെ റജീന മാം നോക്കി നിന്നു. അവരുടെ ഫോണിന്റെ അങ്ങേയറ്റത്ത് ഇത്രയും നേരത്തെ അവരുടെ സംഭാഷണങ്ങൾ കേട്ടുകൊണ്ട് നിശബ്ദയായി അനസൂയ കോപം കടിച്ചമർത്തി ഇരിക്കുന്നുണ്ടായിരുന്നു.

അധ്യായം 14

മടുപ്പിക്കുന്ന കുറച്ചു ദിനങ്ങൾ കൂടി കടന്നുപോയി. നേരം വെളുക്കുന്നതോ രാത്രിയാവുന്നതോ ചിലങ്കയെ ബാധിക്കുന്നുണ്ടായിരുന്നില്ല. തന്റെ വിധിയുമായി ഏറെക്കുറെ അവൾ പൊരുത്തപ്പെട്ട് കഴിഞ്ഞിരുന്നു. കൃത്യമായ ഇടവേളകളിൽ ഭക്ഷണവുമായി ആ സ്ത്രീ വരും. അവരുടെ പേര് രംഗമ്മ എന്നാണ്. തെലുഗു സ്ത്രീ ആണെങ്കിലും അവർക്ക് അത്യാവശ്യം മലയാളം കേട്ടാൽ മനസ്സിലാകും, സംസാരിക്കുകയും ചെയ്യും. കായലിലൂടെ വിനോദസഞ്ചാരത്തിനായി ദിവസവും ഒരുപാടു പേർ അങ്ങോട്ടുമിങ്ങോട്ടും സഞ്ചരിക്കുന്നുണ്ടെങ്കിലും കാടുപിടിച്ച് വളർന്നു കിടക്കുന്ന മുളങ്കൂട്ടങ്ങളുടെയും പലവിധ കാട്ടു വൃക്ഷങ്ങളുടെയും മറവിലൂടെ ബാൽക്കണിയിൽ ഇരിക്കുന്ന ചിലങ്കയെ ആർക്കും കാണാൻ കഴിയില്ല.

ചിലങ്ക താമസിക്കുന്ന ഏറുമാടത്തിന്റെ അരികിൽ പോലും ആരും വരാറില്ല. ഒരു ദിവസം രംഗമ്മയിൽനിന്നാണ് റിസോർട്ടിലെ ജോലിക്കാർ അവിടെ 'നിരോധിത മേഖല' എന്ന ബോർഡ് വെച്ചിട്ടുണ്ടെന്നും അതുകൊണ്ടാണ് ജനങ്ങൾ ഈ ഭാഗത്തേക്ക് വരാത്തതെന്നും അവൾക്ക് മനസ്സിലായത്. അറിയാത്തൊരു നാട്ടിൽ, അറിയാത്ത സ്ഥലത്ത്, അറിയാത്ത കുറച്ചുപേരെ താൻ കണ്ടതുകൊണ്ട് എന്താണ് ഇവിടെ മാറ്റങ്ങൾ ഉണ്ടാകാൻ പോകുന്നതെന്നവർ ഭയപ്പെടുന്നത് എന്നവൾക്ക് മനസ്സിലായില്ല. എങ്കിലും അതിൽ അവൾക്ക് പരാതി ഇല്ലായിരുന്നു.

ഏറ്റവും പ്രിയപ്പെട്ടതെല്ലാം നഷ്ടപ്പെട്ടവൾക്ക് ഇനിയൊരാഗ്രഹവും മനസ്സിലിപ്പോൾ അവശേഷിക്കുന്നുണ്ടായിരുന്നില്ല.

രണ്ടാഴ്ചയ്ക്ക് ശേഷം ഒരു ദിവസം രാവിലെ പതിവുപോലെ ബാൽക്കണിയിൽ കായലിലൂടെ പോകുന്ന ബോട്ടുകളെ നോക്കി ഇരിക്കുകയായിരുന്നു ചിലങ്ക.

ഒരേ സമയം നാല് ബോട്ടുകൾ അക്കരെ നിന്നും റിസോർട്ടിനെ ലക്ഷ്യമാക്കി വരുന്നുണ്ടായിരുന്നു. ഏറ്റവും മുന്നിലായി വരുന്ന വലിയ ആഡംബര ബോട്ട് കണ്ടപ്പോൾ അറിയാതെ ചിലങ്കയുടെ ഹൃദയമിടിപ്പ് കൂടി. ഭയപ്പെടാനുള്ള എന്തോ ഒന്ന് തനിക്കായി വരുന്നുണ്ടെന്ന് അവൾക്ക്

തോന്നി. അതിവേഗത്തിലായതുകൊണ്ട് ബോട്ടിൽ ഉള്ള ആളുകളെ അവൾക്ക് വ്യക്തമായി കാണാൻ കഴിഞ്ഞില്ല. അവളുടെ ഭയം അസ്ഥാനത്തായില്ലെന്ന് നിമിഷങ്ങൾക്കകം തന്നെ ചിലങ്ക തിരിച്ചറിഞ്ഞു. അര മണിക്കൂറിനുശേഷം ഏതോ ചിന്തയിലാണ്ടിരുന്ന അവൾക്കു മുന്നിലേക്ക്,

'സുഖമല്ലേ ചിലങ്ക?'

എന്ന ചോദ്യവുമായി അനസൂയ കയറിവന്നു. പിടഞ്ഞെഴുന്നേറ്റു തല കുനിച്ചു നിന്ന ചിലങ്കയുടെ മുന്നിൽ അവർ കസേര വലിച്ചിട്ട് പുഞ്ചിരിച്ചുകൊണ്ട് പതിവ് ആഢ്യത്തത്തോടെ ഇരുന്നു. ബാഗ് തുറന്ന് നീളമുള്ള ഒരു കവർ എടുത്ത് അവൾക്ക് നേരെ നീട്ടി കൊണ്ട് അവർ തുടർന്നു.

'നാളെ രാത്രി ആണ് ഫ്ലൈറ്റ്. കാര്യങ്ങളെല്ലാം തയ്യാറാണ്. നമുക്ക് നാളെ പുറപ്പെടണം.'

ഞെട്ടലോടെ മുഖം ഉയർത്തിയ ചിലങ്കയുടെ മുഖത്തെ ചോദ്യഭാവം ശ്രദ്ധിക്കാതെ അവർ പറഞ്ഞു,

'നാളെ പോയാൽ നാളെത്തന്നെ ട്രീറ്റ്മെന്റ് ആരംഭിക്കുകയില്ല. തന്റെ മെൻസസ് ഡേറ്റും അതനുസരിച്ച് മറ്റു കാര്യങ്ങളും പരിശോധിക്കാനാണ് നമ്മൾ നേരത്തെ പോകുന്നത്. ചില ടെസ്റ്റുകൾ നടത്താൻ ഉണ്ട്. ശാരീരികമായി താൻ ഓക്കേ ആണോ എന്ന് അറിയണം ആദ്യം.'

ചിലങ്കക്ക് ഒന്നും പറയാനുണ്ടായിരുന്നില്ല. നിശബ്ദമായി ഇരിക്കുന്ന അവളോടായി അവർ തുടർന്നു.

'കഴിഞ്ഞ ഒരാഴ്ച ഞാൻ ഹൈദരാബാദിൽ ആന്റിയുടെ ക്ലിനിക്കിൽ ആയിരുന്നു. അവരാണ് നമ്മുടെ ട്രീറ്റ്മെന്റ് ചെയ്യുന്നത്. ഒരു അവസാന ഘട്ട ശ്രമത്തിനു വേണ്ടി പോയതാണ്, പക്ഷേ നടന്നില്ല.'

അവസാന വാചകം എത്തിയപ്പോൾ അവരുടെ ശബ്ദം നിരാശയിൽ അമർന്നത് ചിലങ്ക ശ്രദ്ധിച്ചു. അവൾ മുഖമുയർത്തി ചോദ്യഭാവത്തിൽ അവരെ നോക്കി.

'നമ്മുടെ ട്രീറ്റ്മെന്റ് ഐവിഎഫ് ആയിട്ട് നടക്കുകയില്ല. കാരണം ഐവിഎഫ് എന്നാൽ സ്ത്രീയുടെ അണ്ഡം പുറത്തെടുത്ത് പുരുഷന്റെ ബീജവുമായി കൃത്രിമ പരാഗണം നടത്തി ആ ഭ്രൂണത്തെ ഒരു ഗർഭപാത്രത്തിൽ നിക്ഷേപിക്കുന്നതാണ്. കഴിഞ്ഞ ഒരാഴ്ചയായി അതിനു വേണ്ടിയുള്ള ശ്രമങ്ങളിൽ ആയിരുന്നു ഞാനും ആന്റിയും. പക്ഷേ നിർഭാഗ്യവശാൽ ഒരമ്മ ആകുവാനുള്ള ഒന്നും തന്നെ ദൈവം എന്നിൽ ബാക്കി വെച്ചിട്ടില്ല. എന്റെ ഉള്ളിൽ വളരുന്ന അണ്ഡങ്ങൾക്ക് ബീജത്തെ സ്വീകരിച്ച് ഒരു കുഞ്ഞിലേക്ക് യാത്ര പോകുവാൻ ഉള്ള ശേഷി ഇല്ലെന്ന റിപ്പോർട്ട് ഇന്നലെ ലഭിച്ചു.'

ചിലങ്ക അനസൂയയെ കേൾക്കുകയായിരുന്നു. അവളുടെ നിശബ്ദത ശ്രദ്ധിച്ചു കൊണ്ട് അവർ തുടർന്നു.

'പക്ഷേ റാമിനോട് ഞാനത് പറഞ്ഞിട്ടില്ല. മറ്റൊരു സ്ത്രീയുടെ അണ്ഡത്തിൽ സ്വന്തം കുഞ്ഞു പിറക്കുന്നത് റാം അംഗീകരിക്കില്ല. ഒരു കുഞ്ഞു വേണമെന്ന ആഗ്രഹം പോലും റാമിനില്ലെന്ന് പലപ്പോഴും ഞാൻ ശ്രദ്ധിച്ചിട്ടുണ്ട്.'

'അപ്പോൾ ആഗ മോളോ?'

പെട്ടെന്നുള്ള ചിലങ്കയുടെ ചോദ്യത്തിൽ അനസൂയ ഒന്നു പതറിയെങ്കിലും അതു പുറത്തു കാണിക്കാതെ അവർ അതിവിദഗ്ധമായി തുടർന്നു.

'അവളുണ്ട്, പക്ഷേ അവൾ മാത്രം പോരല്ലോ. നാളെ അവൾക്ക് ഒരു സഹോദരനോ സഹോദരിയോ വേണ്ടേ? അതുകൊണ്ട് എന്റെയും റാമിന്റെയും കുഞ്ഞു തന്നെയാണ് വാടക ഗർഭപാത്രത്തിൽ ജനിക്കാൻ പോകുന്നത് എന്നാണ് ഞാൻ റാമിനോട് പറഞ്ഞിരിക്കുന്നത്. അത് അങ്ങനെയല്ലെങ്കിൽ റാം ഒരുവിധത്തിലും ഇതിനോട് യോജിക്കുകയില്ല.'

മുഖമുയർത്തി അവിശ്വസനീയതയോടെ തന്നെ തന്നെ തുറിച്ചുനോക്കുന്ന ചിലങ്കക്ക് മുഖം കൊടുക്കാതെ കായലിലേക്ക് മുഖം തിരിച്ചു കൊണ്ട് അനസൂയ തുടർന്നു.

'ഐവിഎഫ് അല്ല ഐസിഐ ആണ് നമ്മൾ ചെയ്യാൻ പോകുന്നത്. അതായത് ഗർഭം ധരിക്കാൻ പോകുന്ന ആരോഗ്യവതിയായ സ്ത്രീയുടെ ഉള്ളിലേക്ക് ബീജം നേരിട്ട് കടത്തിവിടുന്ന രീതി. പക്ഷേ ഐവിഎഫ് ആണ് നമ്മൾ ചെയ്തതെന്ന് മാത്രമേ പുറംലോകം അറിയുകയുള്ളൂ. നമ്മൾ രണ്ടുപേരും ഡോക്ടറും ഒഴിച്ച് മറ്റാരും ഇത് അറിയില്ല.'

പെട്ടെന്നാണ് ഒരു ട്രേയിൽ ചായയും ബിസ്ക്കറ്റുകളുമായി രംഗമ്മ അങ്ങോട്ടേക്ക് കടന്നുവന്നത്. ഒന്നും മനസ്സിലാവാതെ പകച്ചിരിക്കുന്ന ചിലങ്കയെയും രൂക്ഷമായി തന്നെ നോക്കുന്ന അനസൂയ മാഡത്തെയും കണ്ടപ്പോൾ കാര്യത്തിന്റെ ഗൗരവം മനസ്സിലാക്കിയ അവർ നിശബ്ദയായി ട്രേ ടീപ്പോയിൽ വെച്ച് പിൻവാങ്ങി. തരിച്ചിരിക്കുന്ന ചിലങ്കയോട് അനസൂയ തുടർന്നു.

'ചിലങ്കക്ക് ഞാൻ പറഞ്ഞത് മനസ്സിലായില്ല എന്ന് തോന്നുന്നു. അതായത് ചിലങ്ക ഗർഭം ധരിക്കാൻ പോകുന്നത് ചിലങ്കയുടെ തന്നെ കുഞ്ഞിനെ ആണ്. അത് ഇപ്പോൾ തന്നെ പറയാൻ കാരണം. താൻ അതിന് മാനസികമായി തയ്യാറാവാൻ വേണ്ടിയാണ്.

നാളെ ഹോസ്പിറ്റലിൽ ചെന്നു കഴിഞ്ഞാൽ അതിനുവേണ്ടിയുള്ള

ടെസ്റ്റുകളാണ് ചെയ്യേണ്ടത്. പിന്നീട് ട്രീറ്റ്മെന്റ് കഴിഞ്ഞ് റിസൾട്ട് വന്നതിനു ശേഷമേ നമ്മൾ തിരിച്ചു വരികയുള്ളൂ. ചിലപ്പോൾ ഒന്നോ രണ്ടോ പ്രാവശ്യം ട്രൈ ചെയ്യേണ്ടി വന്നേക്കാം. എങ്കിലും താരതമ്യേന ഏറ്റവും വിജയ സാധ്യത കൂടുതൽ ഉള്ള മാർഗമാണ് ഐസിഐ.'

ആകെ ഞെട്ടിത്തരിച്ച് ഇരിക്കുകയായിരുന്നു ചിലങ്ക. സാറിന്റെയും മാഡത്തിന്റെയും കുഞ്ഞ് എന്ന വിചാരത്തിൽ നിന്നും തന്റെയും റാമിന്റെയും കുഞ്ഞ് എന്ന വികാരത്തിലേക്ക് ഒറ്റ നിമിഷം കൊണ്ട് അവൾ കൂപ്പുകുത്തി. ഈ ലോകത്ത് പൂർണ്ണമായും അനാഥയായി പോയ തനിക്ക് സ്വന്തമെന്നു പറയാൻ തന്റെ രക്തത്തിൽ ഒരു കുഞ്ഞ്. അതും ആദ്യമായി പ്രണയിച്ചവനിൽ നിന്ന് തന്നെ. പക്ഷേ, ഒരിക്കലും സ്വന്തമാക്കാൻ കഴിയാത്ത രക്തബന്ധം. അവൾക്ക് കരയണോ ചിരിക്കണോ എന്നു മനസ്സിലായില്ല. തന്റെ ഉള്ളിലെ വികാരവിക്ഷോഭം മുഖത്തു പ്രകടിപ്പിക്കാൻ ഭയപ്പെട്ട് ചിലങ്ക തലകുനിച്ചിരുന്നു.

'നാളെ രാത്രി ഒമ്പതു മണിക്കാണ് ഫ്ലൈറ്റ്. എട്ടു മണിയോടെ തയ്യാറായിരിക്കണം.

തൽക്കാലം ഞാൻ പോവുകയാണ്. നാളെ വന്ന് തന്നെ നേരെ കൂട്ടിക്കൊണ്ടു പോകാം എന്നാണ് കരുതിയത്. പക്ഷേ ഇന്ന് റാമിന് ഇവിടെ ഒരു മീറ്റിംഗ് ഉണ്ടായിരുന്നു. അദ്ദേഹത്തെ തനിച്ചു വിടേണ്ട എന്ന് കരുതി ഞാനും കൂടെ വന്നതാണ്.'

അർത്ഥഗർഭമായി പറഞ്ഞു നിർത്തിയ അനസൂയയുടെ വാക്കുകൾ ചിലങ്കയുടെ ഹൃദയത്തിലേക്ക് ആയിരം തിരമാലകൾ ഒന്നിച്ചടിക്കുന്ന ശക്തിയോടെ ഇരച്ചുകയറി. ഇരുന്നിടത്തുനിന്ന് അറിയാതെ പിടഞ്ഞെണീറ്റു പോയ അവളെ തീർത്തും അവഗണിച്ചുകൊണ്ട് അനസൂയ തല ഉയർത്തി പിടിച്ച് പുറത്തേക്ക് നീങ്ങി. ചിലങ്കയുടെ തൊണ്ടയോളം വന്ന ഒരു വിങ്ങൽ അവിടെത്തന്നെ കല്ലിച്ചു കിടന്നു.

അവൾക്ക് മനസ്സിലാവുന്നുണ്ടായിരുന്നു അൽപനേരം മുൻപ് തന്റെ ഹൃദയം അപകട സൂചനയല്ല, ഏറ്റവും പ്രാണനായവൻ അരികിൽ എത്തിയ ആഹ്ലാദമാണ് തന്നോട് പറയാൻ ശ്രമിച്ചതെന്ന്. എത്ര മറക്കാൻ ശ്രമിച്ചാലും ആ സാന്നിദ്ധ്യം എത്രമേൽ തന്നെ തളർത്തി കളയുന്നു എന്നവൾ തിരിച്ചറിയുന്നുണ്ടായിരുന്നു. ഒരു സ്വപ്നത്തിലെന്നപോലെ ബാൽക്കണിക്കരികിലേക്ക് നീങ്ങി അനന്തമായ കായലിലേക്ക് കണ്ണോടിച്ചു കൊണ്ടവൾ കടന്നു പോകുന്ന ഓരോ ബോട്ടിലും ആർത്തിയോടെ തന്റെ പ്രിയപ്പെട്ടവനെ തിരഞ്ഞു.

മണിക്കൂറുകൾക്ക് ശേഷം തിരിച്ചുപോകുന്ന ആഡംബര ബോട്ടിന്റെ

മുന്നിൽ അവൾ വ്യക്തമായി കണ്ടു. കറുത്ത സ്യൂട്ട് ധരിച്ച്, കാറ്റിൽ പറക്കുന്ന ചുമലറ്റം വളർന്ന മുടി ഒതുക്കി വെക്കാൻ ശ്രമിച്ചുകൊണ്ട് ദൂരേക്ക് നോക്കി നിൽക്കുന്ന റാമിനെ. വെറുതെ പോലും അയാൾ ഒന്നു തിരിഞ്ഞു നോക്കിയെങ്കിൽ എന്നവൾ അറിയാതെ ആശിച്ചു പോയി. ആറടിയിൽ ഉയർന്നുനിൽക്കുന്ന ഒരു നിഴൽപോലെ ആ രൂപം അകലേക്കു മറഞ്ഞപ്പോൾ തൊണ്ടയിൽ കല്ലിച്ചു കിടന്ന വേദന മൊത്തം അറിയാതെ, ആർത്തലച്ചൊരു കരച്ചിലായി അവളിലൂടെ പുറത്തേക്ക് വന്നു. ജീവൻ പറിയുന്ന വേദനയോടെയുള്ള അവളുടെ കരച്ചിൽ കേട്ട് രംഗമ്മ ഒന്നും മനസ്സിലാവാതെ അങ്ങോട്ടേക്ക് ഓടിവന്ന്, ഒന്നും ചോദിക്കാനുള്ള ധൈര്യം ഇല്ലാതെ പകച്ചുനിന്നു.

അധ്യായം 15

ചിലങ്കയെ ഹൈദരാബാദിലേക്ക് പറിച്ചുനട്ട് രണ്ടുമാസം കഴിയുകയാണ്. ഹോസ്പിറ്റലിനോട് ചേർന്നു തന്നെയുള്ള ഒരു ക്വാർട്ടേഴ്സിലാണ് രംഗമ്മക്കും ചിലങ്കക്കും താമസസൗകര്യം ഒരുക്കിയിരിക്കുന്നത്. വിജയവാഡയും ഹൈദരാബാദും തമ്മിൽ വലിയ വ്യത്യാസം ചിലങ്കക്ക് തോന്നിയില്ല. രണ്ടും ജയിൽ തന്നെ. അവിടെ റിസോർട്ട് ആണെങ്കിൽ ഇവിടെ ക്വാർട്ടേഴ്സ്. ആകെയുള്ള ഒരു വ്യത്യാസം ട്രീറ്റ്മെന്റ് ഉള്ള ദിവസം കുറച്ചു നഴ്സുമാരെയും ഡോക്ടറെയും കാണാം എന്നതുമാത്രമാണ്. അതും വിരലിൽ എണ്ണാവുന്ന ദിവസങ്ങൾ. ആ ദിവസങ്ങളിൽ കൃത്യമായി രാവിലെ തന്നെ അനസൂയ മാഡം എത്തിച്ചേരും. ചിലങ്ക നല്ല ആരോഗ്യവതി ആയതുകൊണ്ട് ആദ്യത്തെ ശ്രമം തന്നെ വിജയിക്കും എന്നാണ് ഡോക്ടർ ആന്റിയുടെ നിഗമനം. അത് സത്യമാണെന്ന് കഴിഞ്ഞ കുറച്ചുദിവസങ്ങളായി ചിലങ്കക്കും തോന്നിത്തുടങ്ങിയിട്ടുണ്ട്. ശാരീരികമായി അനുഭവപ്പെടുന്ന അസ്വസ്ഥതകൾ ഗർഭ ലക്ഷണം ആണോ എന്ന് ഉറപ്പില്ലാത്തതിനാൽ അവൾ അതിനെക്കുറിച്ച് ആരോടും സംസാരിച്ചില്ല.

'എന്റെ വീടൊക്കെ ഒന്നു കണ്ടിട്ട് എത്ര ദിവസമായി?'

ക്വാർട്ടേഴ്സിനു പുറത്തെ ബാൽക്കണിയിൽ റോഡിലൂടെ ചീറിപ്പായുന്ന വാഹനങ്ങളെ നോക്കിനിൽക്കുന്ന ചിലങ്കയുടെ അരികിൽ വന്നു രംഗമ്മ പരാതി പറയുകയായിരുന്നു.

രണ്ടു മാസം ആകുന്നു അവരും വീട്ടിൽ പോകാതെ തനിക്കുവേണ്ടി ഇങ്ങനെ...

ചിലങ്ക ദയയോടെ അവരെ നോക്കി.

'ഇന്നലെ വച്ച ടെസ്റ്റ്ക്ക് റിസൾട്ട് എപ്പോളാ?'

'അറിയില്ല രംഗമ്മാ... എന്നോട് ആരും ഒന്നും പറഞ്ഞില്ല.'

'പണത്തിനു വേണ്ടി ഇത്ര വലിയ പണി ചെയ്യാൻ മാത്രം മോൾക്ക് എന്താണ് കഷ്ടം ? പെറ്റ പുള്ളയെ എങ്ങനെ വേറെ ഒരാൾക്ക് കൈമാറി തിരിച്ചുപോകും?'

കഴിഞ്ഞ കുറച്ചു മാസങ്ങൾ കൊണ്ട് ചിലങ്ക രംഗമ്മയുടെ ഹൃദയം

കവർന്നിരുന്നു. ഇത്രയും ദിവസങ്ങൾക്കുള്ളിൽ ഒരിക്കൽപോലും ഒരാൾ പോലും അന്വേഷിച്ചു വരാൻ ഇല്ലാത്ത ഈ പെൺകുട്ടി ആർക്കുവേണ്ടി യാണ് ഇത്ര വലിയ ത്യാഗം ചെയ്യുന്നതെന്നത് അവരുടെ മനസ്സിൽ ഉത്തരം കിട്ടാത്ത ചോദ്യമായിരുന്നു.

'ഇതൊരു നിയോഗമാണ് രംഗമ്മാ. ഒരുപക്ഷേ എന്റെ ജന്മ ലക്ഷ്യവും ഇതു തന്നെയാകും.'

'നമുക്ക് പോകാം, ഫ്ലൈറ്റ് വേണ്ട, അത് റിസ്ക് ആണ്. കാർ മതി, നിനക്ക് ബുദ്ധിമുട്ടൊന്നും ഇല്ലല്ലോ?'

എന്ന് ചോദിച്ചു കൊണ്ട് സംസാരിക്കുന്ന ചിലങ്കയുടെയും രംഗമ്മ യുടെയും ഇടയിലേക്ക് അനസൂയ മാഡം ഓടിക്കയറി വന്നത് അപ്പോ ഴാണ്. പിടഞ്ഞെഴുന്നേറ്റ ചിലങ്ക ആകാംക്ഷയോടെ അവരുടെ മുഖത്തേ ക്ക് തന്നെ നോക്കി. റിസൾട്ട് കിട്ടിയോ എന്ന് ചോദിക്കണമെന്ന് ആഗ്ര ഹമുണ്ടെങ്കിലും അനസൂയ മാഡത്തിന്റെ ആഹ്ലാദം കൊണ്ടു വിജ്രംഭി ച്ച മുഖവും, തിടുക്കവും, പ്രസരിപ്പുള്ള ചലനങ്ങളും കണ്ടതോടെ ചിലങ്ക ക്ക് ഏറെക്കുറെ കാര്യങ്ങൾ മനസ്സിലാവുന്നുണ്ടായിരുന്നു. അറിയേണ്ടത് മാത്രമേ താൻ അറിയാൻ പാടുള്ളൂ എന്ന് അവർക്ക് നിർബന്ധമുണ്ട്. ബീജദാനത്തിനായി റാം വന്നത് പോലും ഇഞ്ചക്ഷൻ ചെയ്യുന്ന ദിവസം ഡോക്ടറുടെ സംസാരത്തിൽ നിന്നാണ് അവൾക്ക് മനസ്സിലായത്. അറി യാതെ അവളുടെ കൈ അടിവയറ്റിലേക്ക് പോയി.

ഈ ലോകത്ത് തീർത്തും അനാഥയായി പോയ തന്റെ രക്തത്തിൽ ഒരു കുഞ്ഞ്!

പറഞ്ഞറിയിക്കാൻ പറ്റാത്ത വികാരത്തോടെ അവൾ അനസൂയയെ തന്നെ നോക്കി നിർന്നിമേഷയായി നിന്നു.

'റിസൾട്ട് പോസിറ്റീവ് ആണ്. ഇനി പ്രസവം വരെയുള്ള ചെക്കപ്പും കാര്യങ്ങളും നാട്ടിൽ തന്നെ ചെയ്താൽ മതി എന്നാണ് ആന്റി പറയു ന്നത്. പ്രസവത്തിന് ഇവിടെത്തന്നെ വരേണ്ടിവരും. ഏതായാലും താൻ വേഗം തയ്യാറാവൂ! ഞാനൊന്ന് അച്ഛനെ വിളിച്ചു പറയട്ടെ.'

ചിലങ്കയുടെ ഹൃദയത്തിൽ മിന്നൽപിണർ പുളഞ്ഞു. നിറകണ്ണുക ളോടെ നിൽക്കുന്ന അവളെ അവഗണിച്ചുകൊണ്ട് അനസൂയ ഫോണു മായി പുറത്തേക്കിറങ്ങി. രംഗമ്മ തിടുക്കപ്പെട്ടു പാക്ക് ചെയ്യുകയാണ്. ചിലങ്ക അവിടെത്തന്നെ ഇരുന്നു. അവളിൽ പലവിധ വികാരവിചാരങ്ങൾ നിറയുന്നുണ്ടായിരുന്നു.

'തന്റെ കുഞ്ഞിനെ ഗർഭത്തിൽ വഹിക്കുന്നത് ഒരിക്കൽ ഒരുപാട് സ്നേഹിച്ച ആ വിഡ്ഢി പെണ്ണാണെന്ന് അദ്ദേഹം എന്നെങ്കിലും അറി

യുമോ? നാളെ ഈ കുഞ്ഞിനെ കൈകളിൽ ലഭിക്കുമ്പോൾ പോലും അത് റാമിന്റെയും അനസൂയയുടെയും കുഞ്ഞായി മാത്രമേ അദ്ദേഹം അറിയുകയുള്ളൂ. അതുവരെ, അതുവരെ മാത്രം എന്റെ കുഞ്ഞ് എനിക്കു സ്വന്തം.'

'തൽക്കാലം ഇത് ആരും അറിയേണ്ട എന്നാണ് അച്ഛന്റെ അഭിപ്രായം. നാളെ ഈ കുഞ്ഞിനെ ഞാൻ തന്നെ പ്രസവിച്ചതാണെന്നു ലോകം അറിയണം. അക്കാര്യത്തിൽ മാത്രം അച്ഛന് നിർബന്ധമുണ്ട്.'

അനസൂയ മാഡത്തിന്റെ ആ വാക്കുകൾ തനിക്കുള്ള ഒരു താക്കീത് ആയിട്ടാണ് ചിലങ്കക്ക് തോന്നിയത്. നിശബ്ദയായി തലകുനിച്ച് രംഗമ്മയെ അനുഗമിച്ചവൾ പുറത്തേക്ക് നടന്നു. അനസൂയയുടെ മനസ്സിലും പലവിധ കണക്കുകൂട്ടലുകൾ ആയിരുന്നു. ഈ ഒരു കുഞ്ഞ് എത്രത്തോളം തന്റേതാണെന്ന വിശ്വാസത്തോടെ പിറവിയെടുക്കുന്നുവോ അത്രത്തോളം ഭാവി സുരക്ഷിതമാണെന്ന് നിമിഷങ്ങൾക്കു മുൻപ് അച്ഛൻ ഓർമ്മിപ്പിച്ചതിന്റെ ആലോചനയിലായിരുന്നു അവർ.

ഹൈദരാബാദ് നിന്ന് വിജയവാഡ വരെയുള്ള മണിക്കൂറുകൾ നീണ്ട കാർ യാത്ര കഴിഞ്ഞ് തിരിച്ച് ഭവാനി റിസോർട്ടിൽ എത്തുമ്പോഴേക്കും ചിലങ്ക വല്ലാതെ തളർന്നിരുന്നു. അവളെയും കാത്ത് ഒരു ഡോക്ടറും രണ്ട് നഴ്സുമാരും റൂമിൽ തയ്യാറായി നിൽക്കുന്നുണ്ടായിരുന്നു. പരിശോധനകൾക്ക് ശേഷം ഡോക്ടറുടെ നിർദ്ദേശങ്ങൾക്ക് കാത്ത് രംഗമ്മയോടൊപ്പം തന്നെ അനസൂയയും അനുസരണയോടെ നിൽക്കുന്നത് കണ്ടപ്പോൾ ചിലങ്കക്ക് സഹതാപം തോന്നി. ഒരു കുഞ്ഞിനു വേണ്ടി എന്തെല്ലാം കാര്യങ്ങളാണ് മനുഷ്യൻ ചെയ്യുന്നത്.

'തനിക്ക് എന്താണ് വേണ്ടതെന്ന് വെച്ചാൽ രംഗമ്മയോട് പറഞ്ഞാൽ മതി അവർ ഉണ്ടാക്കി തരും. ആദ്യത്തെ കുറച്ചു മാസങ്ങൾ ഇവിടെത്തന്നെയാണ് സേഫ്. അത് കഴിഞ്ഞു ഹോസ്പിറ്റലിനടുത്തേക്കു മാറാം. ആവശ്യമുള്ള എല്ലാ സാധനങ്ങളും ഒരുക്കിയിട്ടുണ്ട്. പത്ത് ദിവസം കൂടി കഴിഞ്ഞാൽ ഒന്ന് സ്കാൻ ചെയ്തു നോക്കാൻ ആണ് ഡോക്ടർ പറഞ്ഞത്.

എന്തെങ്കിലും റിസ്ക് പറയുകയാണെങ്കിൽ ടൗണിൽ ഞങ്ങളുടെ ഫ്ലാറ്റിലേക്ക് മാറാം. '

തനിക്കും രംഗമ്മയ്ക്കും വാതോരാതെ നിർദ്ദേശങ്ങൾ നൽകിക്കൊണ്ട് തിടുക്കപ്പെട്ടു പുറത്തേക്കിറങ്ങി പോകുന്ന അനസൂയ കണ്ണിൽ നിന്നും മറയുന്നത് വരെ ചിലങ്ക നോക്കി നിന്നു.

ഭാര്യയുടെ ഫോൺ വരുമ്പോൾ തുറന്നുവച്ച ലാപ്ടോപ്പിനു മുന്നിൽ

പകച്ച് ഇരിക്കുകയായിരുന്നു റാം. യാന്ത്രികമായി ഫോൺ ചെവിയിൽ വെച്ച അയാളുടെ കാതിൽ ആഹ്ലാദത്തിന്റെ തിരതള്ളൽ ആയി അനസൂയയുടെ ശബ്ദം അലയടിച്ചു.

'ട്രീറ്റ്മെന്റ് സക്സസ് ആണ് റാം. ആ സ്ത്രീ പ്രഗ്നന്റ് ആയി. തൽക്കാലം ഹോസ്പിറ്റലിൽ തന്നെ തുടരാനാണ് ആന്റി പറയുന്നത്. മൂന്നു മാസം തികഞ്ഞു കഴിഞ്ഞ് സൗകര്യംപോലെ തീരുമാനിക്കാം. ഞാൻ തിരിച്ചു വരികയാണ്. അവർ ഹോസ്പിറ്റലിൽ തന്നെ തുടരട്ടെ.'

പ്രതീക്ഷിച്ച ആഹ്ലാദം റാമിന്റെ ശബ്ദത്തിൽ ഇല്ലാത്തതിന്റെ നിരാശയോടെയാണ് അനസൂയ ഫോൺ വെച്ചത്. ആ സമയം തിടുക്കത്തിൽ ഫോണെടുത്തു ഏതോ നമ്പർ ഡയൽ ചെയ്ത ശേഷം അത്ഭുതത്തോടെ റാം ചോദിച്ചു.

'നിവിൻ നീ പറയുന്നത് സത്യമാണോ? ഇത് തന്നെയാണോ ആ കുട്ടിയുടെ തറവാട്? നിനക്ക് മാറിപ്പോയതൊന്നുമല്ലല്ലോ?'

'നോ സാർ, കലാക്ഷേത്രയിൽ നിന്നും ലഭിച്ച അഡ്രസ്സ് പ്രകാരം ഇതാണ് ആ കുട്ടിയുടെ അമ്മയുടെ തറവാട്. ഞങ്ങൾ അകത്തേക്ക് കടന്നിട്ടില്ല. സാറിന്റെ പെർമിഷൻ കിട്ടിയിട്ട് മതി എന്നാണ് സുധീർ സാർ പറഞ്ഞത്.'

' ഓക്കേ, ഓക്കേ, യു ക്യാരി ഓൺ. എന്തെങ്കിലും വിവരം കിട്ടുകയാണെങ്കിൽ ഉടനെ എന്നെ വിളിക്കണം.'

ഫോൺ കട്ട് ചെയ്തു ഓഫീസ് ചെയറിലേക്ക് ചാരി കിടന്ന അയാളുടെ മുന്നിലെ ലാപ്ടോപ്പിലെ സ്ക്രീനിൽ അതിവിശാലമായ ഒരു പതിനാറു കെട്ട് തറവാട് വീട് സകലവിധ പ്രൗഢികളോടും കൂടി പുഞ്ചിരിച്ചു നിന്നു. കഴിഞ്ഞ കുറച്ചു മാസങ്ങളായി ഉള്ള ചിലങ്കക്ക് വേണ്ടിയുള്ള അന്വേഷണം അതിന്റെ പരിസമാപ്തിയോട് അടുക്കുകയാണ്. അന്വേഷണസംഘത്തിന്റെ യാത്ര ശരിയായ രീതിയിൽ ആണെങ്കിൽ മുൻപിൽ കാണുന്ന ആഡംബരഗൃഹം ചിലങ്കയുടെ തറവാടാണ്.

ഇത്രയും വലിയ സ്വത്തിന് അവകാശിയായ പെൺകുട്ടിയാണോ ആന്ധ്രയിലെ ഒരു ചെറിയ സ്കൂളിൽ ഡാൻസ് ടീച്ചറായി ജോലി ചെയ്തത്? അവിശ്വസനീയതയോടെ അയാൾ വീണ്ടും വീണ്ടും സ്ക്രീനിലേക്കു തന്നെ തുറിച്ചു നോക്കി.

അധ്യായം 16

'ചിലങ്ക ഒരു ഹാപ്പി ന്യൂസ് ഉണ്ട്. തനിക്ക് പിറക്കാൻ പോകുന്നത് ഇരട്ടക്കുട്ടികളാണ്. കഴിഞ്ഞ സ്കാനിങ്ങിൽ തന്നെ മനസ്സിലായിരുന്നെങ്കിലും ഇങ്ങനെയൊരു പ്രഗ്നൻസി ആയതുകൊണ്ട് അതൊന്ന് ഉറപ്പിച്ചിട്ട് പറയാം എന്ന് കരുതി. ഭാര്യയും ഭർത്താവും ഒരുപാട് ആഗ്രഹിച്ചതല്ലേ? അതുകൊണ്ട് ഒറ്റ പരീക്ഷണത്തിൽ തന്നെ രണ്ടുപേർ ആവട്ടെ എന്നു കരുതിയിട്ടുണ്ടാവാം ദൈവം.'

'ഈശ്വരാ...' എന്നൊരു നിലവിളിയോടെ തൊട്ടടുത്തിരിക്കുന്ന അനസൂയ ചാടി എഴുന്നേൽക്കുന്നതും നോക്കി ചിലങ്ക ഒന്നും പറയാനാകാതെ അന്തം വിട്ടിരുന്നു. തണുപ്പടിച്ചിട്ടെന്നപോലെ അവളുടെ ശരീരം കുളിർന്നു വിറയ്ക്കുന്നുണ്ടായിരുന്നു. അവളുടെ ഉള്ളിൽ, സഹോദരങ്ങൾ ഇല്ലാത്ത ദുഃഖം പേറി നടക്കുന്ന അന്നത്തെ കൗമാരക്കാരി ആരോഗ്യ കുറവുകാരണം രണ്ടാമതൊന്നു ഗർഭം ധരിക്കാൻ കഴിയാതിരുന്ന അമ്മയോട്,

'എങ്കിൽ പിന്നെ അമ്മയ്ക്ക് ഇരട്ടക്കുട്ടികളെ പ്രസവിച്ച് കൂടായിരുന്നോ? '

എന്ന് ചിണുങ്ങിയ ദിവസമായിരുന്നു. അന്ന് അമ്മ കളിയായി പറഞ്ഞ അതേ വാക്കുകൾ ഇന്ന് സത്യമായിരിക്കുന്നു.

'എനിക്കോ പറ്റിയില്ല. എന്റെ മകൾക്ക് ഇരട്ടകുഞ്ഞുങ്ങൾ ജനിക്കാൻ അമ്മ മഹാദേവനോട് പ്രാർത്ഥിക്കാം.'

ശരിയാണ്. അമ്മയുടെ ആ പ്രാർത്ഥന, അതാണ് ഇപ്പോൾ സത്യമായിരിക്കുന്നത്. അവൾക്ക് ഒന്നമ്മയെ കാണണം എന്നു തോന്നി. തനിക്കു കാണാനോ കേൾക്കാനോ കഴിയാത്ത ഏതോ ഒരു ലോകത്തിരുന്നു ഒരുപക്ഷേ അച്ഛനുമമ്മയും ഒരുപാട് സന്തോഷിക്കുന്നുണ്ടാവാം ഇപ്പോൾ.

പക്ഷേ, ഇങ്ങനെയൊരു ഗർഭം ധരിച്ച മകളെ അവർ സ്നേഹത്തോടെ ഒരിക്കലെങ്കിലും ഓർക്കുമോ? ജീവിച്ചിരിപ്പുണ്ടെങ്കിൽ ഒരുപക്ഷേ തന്നെ ഏറ്റവും വെറുക്കുന്നത് അവർ ആയിരുന്നേനെ! ചിന്തകൾ അവിടെ എത്തിയപ്പോഴേക്കും ചിലങ്കയുടെ കണ്ണീർ കവിളുകളെ നനച്ച് താഴേക്കിറങ്ങി തുടങ്ങിയിരുന്നു. ടേബിളിലേക്ക് മുഖം ചായ്ച്ച് ശബ്ദമില്ലാതെ

അവൾ വിങ്ങി കരഞ്ഞു. ഇതൊന്നുമറിയാതെ ഡോക്ടറും അനസൂയ യും പരസ്പരം സംസാരിക്കുകയായിരുന്നു.

'അതെ, അടുത്ത പ്രാവശ്യം അനുജത്തിയുടെ ഭർത്താവിനെ കൂടി കൊണ്ടുവരണം. അദ്ദേഹത്തിനോടും കുറച്ച് പറയുവാനുണ്ട്. കഴിഞ്ഞ രണ്ടു പ്രാവശ്യവും അദ്ദേഹം വന്നില്ലല്ലോ! ആദ്യത്തെ പ്രഗ്നൻസി അ ല്ലേ? കുറച്ചു ശ്രദ്ധ വേണം.'

ഡോക്ടറുടെ കാഴ്ചപ്പാടിൽ കുഞ്ഞുങ്ങൾ ഉണ്ടാവാൻ ചില്ലറ പ്രശ്ന ങ്ങൾ ഉള്ള തന്റെ അനുജത്തിയും ഭർത്താവും കുത്തിവെപ്പിലൂടെ അവ രുടെ തന്നെ കുഞ്ഞിനെ ഗർഭം ധരിച്ചിരിക്കുകയാണ്. അങ്ങനെയാണ് ഡോക്ടറോട് പറഞ്ഞിരിക്കുന്നത്.

'അവളുടെ ഭർത്താവ് വിദേശത്താണ്. ഇനി അദ്ദേഹം വരാൻ ഒന്നര വർഷം കഴിയും.'

തിടുക്കപ്പെട്ടുള്ള അനസൂയയുടെ മറുപടി കേട്ട് ഡോക്ടർ തുടർന്നു.

'അങ്ങനെയെങ്കിൽ നിങ്ങൾ ശ്രദ്ധിച്ചാൽ മതി. നന്നായി വെള്ളം കുടി ക്കുക, നന്നായി ഉറങ്ങുക. കഴിക്കേണ്ട ഭക്ഷണങ്ങളുടെ ലിസ്റ്റ് ഉള്ള ചാർട്ട് അടക്കം ഇവിടെ നിന്ന് തന്നിട്ടില്ലേ? തൽക്കാലം നന്നായി റസ്റ്റ് എടു ക്കണം.

ഞങ്ങൾ ഒരു കേസ് ഏറ്റെടുത്തു കഴിഞ്ഞാൽ അ റ്റു ദ എല്ലാ കാര്യ ത്തിലും കൃത്യമായ നിർദ്ദേശങ്ങൾ നൽകി പ്രസവം വരെ ഗർഭിണിയെ ഫോളോ ചെയ്യും.'

അഭിമാനത്തോടെ പറഞ്ഞു കൊണ്ടിരിക്കുന്നതിനിടയിലാണ് ഡോക്ടർ കുനിഞ്ഞിരുന്നു വിതുമ്പി കരയുന്ന ചിലങ്കയെ ശ്രദ്ധിച്ചത്. ആർദ്രമായ ഒരു പുഞ്ചിരിയോടെ എഴുന്നേറ്റ് വന്ന് അവളുടെ ചുമലിൽ കൈവെച്ചു കൊണ്ട് അവർ ചോദിച്ചു.

'ഇരട്ടകൾ ആണെന്നു കേട്ടതിന്റെ ഭയമാണോ കുട്ടിക്ക്? '

ചിലങ്ക മുഖമുയർത്തി ഡോക്ടറെ നോക്കി കണ്ണു തുടച്ചു കൊണ്ട് നിഷേധാർത്ഥത്തിൽ തലയാട്ടി.

'ഇത് എല്ലാവർക്കും കിട്ടുന്ന ഭാഗ്യം അല്ല. പിന്നെ ഇരട്ടക്കുഞ്ഞുങ്ങ ളുടെ പ്രസവം ഒക്കെ റിസ്ക് ആയിരുന്ന കാലം ഒരുപാട് മുൻപേ കഴി ഞ്ഞുപോയി. ഇന്ന് നമുക്ക് എല്ലാവിധ ആധുനിക സൗകര്യങ്ങളും ഉണ്ട്. ചിലങ്കയ്ക്കും കുഞ്ഞുങ്ങൾക്കും ഒരു പോറൽ പോലും ഏൽക്കാതെ തന്റെ ഭർത്താവിന്റെ കയ്യിൽ വെച്ചു കൊടുക്കുന്ന കാര്യം ഞാൻ ഏറ്റു.'

പുഞ്ചിരിയോടെയുള്ള ഡോക്ടറുടെ സംസാരം കേട്ട് ചിലങ്ക ഒരു പിട ച്ചിലോടെ അനസൂയയെ നോക്കി. ഇതൊന്നും തന്നെ ബാധിക്കുന്ന

കാര്യമേ അല്ല, എന്ന മട്ടിൽ അവർ ദൃഷ്ടി പുറത്തേക്കു തിരിച്ചു, എന്തോ ആലോചിച്ചു കൊണ്ട് നിൽക്കുകയാണ്. ചിലങ്ക മുഖം തുടച്ചു കൊണ്ട് ഡോക്ടറെ നോക്കി പുഞ്ചിരിക്കാൻ ശ്രമിച്ചു. ഡോക്ടറെ കണ്ട് ഇറങ്ങുമ്പോഴാണ് രംഗമ്മ ചോദിച്ചത്.

'മൂന്നു മാസം ആയില്ലേ മാഡം. ഇനിയിപ്പോ കോണി ഒക്കെ കയറിയിറങ്ങാൻ ബുദ്ധിമുട്ടാവില്ലേ?'

'എന്തെങ്കിലും ചെയ്യാം.'

എന്ന് ഗൗരവത്തിൽ പറഞ്ഞുകൊണ്ട് അവർ കാറിലേക്ക് കടന്നിരുന്നു.

തിരിച്ചു വരുമ്പോഴും അനസൂയയുടെ മുഖം കല്ലിച്ചു തന്നെ ഇരുന്നു. അവരുടെ മനസ്സിലൂടെ നൂറു ചിന്തകൾ കടന്നു പോവുകയായിരുന്നു. ഈ ഒരു അവസ്ഥയിൽ ഇനി ചിലങ്കയെ ഏറുമാടത്തിൽ താമസിപ്പിക്കുന്നത് സുരക്ഷിതമല്ല. മൂന്ന് മാസമേ ആയിട്ടുള്ളൂ, എങ്കിലും ഇരട്ടകുഞ്ഞുങ്ങൾ ആയതിനാൽ ആവാം നല്ല രീതിയിൽ തന്നെ അവൾക്ക് വയറു വീർത്തു വന്നത് തെളിഞ്ഞു കാണാം. രണ്ടു കുഞ്ഞുങ്ങളെയും വയറ്റിൽ ഇട്ടുകൊണ്ട് ഇത്രയും കോണിപ്പടികൾ കയറി ഇറങ്ങിയാൽ ഒരു പക്ഷേ അബോർഷൻ വരെ സംഭവിച്ചേക്കാം. അതാവാം രംഗമ്മ അങ്ങനെ പറഞ്ഞത്.

എങ്ങോട്ടേക്കാണ് മാറ്റുക? ഒരു കാരണവശാലും റാമിന്റെ കണ്ണെത്താത്ത ഒരിടം വേണം. ഒരുപക്ഷേ റാം ഇവളെ മറന്നിട്ടുണ്ടാവും എങ്കിലും ഒരു പരീക്ഷണത്തിനു ധൈര്യമില്ല. പെട്ടെന്നാണ് ബാഗിൽ നിന്നും അനസൂയയുടെ ഫോൺ റിംഗ് ചെയ്തത്.

'നീ എവിടെയാണ് മോളെ? റാം നിന്നെ ഒരുപാട് പ്രാവശ്യം വിളിച്ചിട്ട് ഫോൺ എടുത്തില്ല എന്നു പറയുന്നു. അവൻ എന്തോ ബിസിനസ് മീറ്റിന് രാജസ്ഥാനിലേക്ക് പോവുകയാണ്.'

ശരിയാണ്, കമ്പനി ആവശ്യങ്ങൾക്കായി ഒരു മാസത്തെ രാജസ്ഥാൻ യാത്ര ഉണ്ടെന്ന് റാം രണ്ടു ദിവസം മുൻപേ സൂചിപ്പിച്ചിരുന്നത് അവർക്ക് ഓർമ്മ വന്നു.

'ഞാൻ ദേ വരികയാണ് അമ്മ, ഒരു ഫ്രണ്ടിന്റെ അനുജത്തിയുടെ വിവാഹമായിരുന്നു ഇന്ന്. അതാണ് വൈകിയത്.'

പറയുന്നതോടൊപ്പം തന്നെ അനസൂയയുടെ മനസ്സിൽ പ്ലാൻ രൂപപ്പെട്ടു കഴിഞ്ഞിരുന്നു. ഫോൺ കട്ട് ചെയ്ത ശേഷം തുടർച്ചയായി വന്നു കിടക്കുന്ന റാമിന്റെ ഒമ്പതോളം മിസ്ഡ് കോളുകൾ അവഗണിച്ച് ഫോൺ ഓപ്പൺ ചെയ്തവർ ആർക്കോ മെസ്സേജ് അയച്ചു. തുടർന്ന് രംഗമ്മയ്ക്ക് നേരെ തിരിഞ്ഞു പറഞ്ഞു.

'ഇന്നു മുതൽ ഹട്ടിലേക്ക് പോകണ്ട! മുൻവശത്തുള്ള കോട്ടേജുക ളിൽ ഒന്ന് തയ്യാറാക്കി ഇടാൻ പറഞ്ഞിട്ടുണ്ട്. കുറച്ചുദിവസം അവിടെ നിൽക്കുമ്പോഴേക്കും സൗകര്യപ്രദമായ ഒരു സ്ഥലം ആലോചിച്ചു കണ്ടെ ത്താം.'

അനസൂയ തിരിച്ചു വീട്ടിലെത്തുമ്പോൾ റാം പോകാൻ തയ്യാറായി ഇറങ്ങി വരികയായിരുന്നു. മുട്ടുകുത്തി നിന്ന് ആഗ മോൾക്ക് ഉമ്മ നൽ കുന്ന റാമിനെ നോക്കി അനസൂയ പുച്ഛത്തോടെ മുഖംതിരിച്ചു. തിരിഞ്ഞു നിന്ന റാം അതു കണ്ടെങ്കിലും അയാൾ അത് ഭാവിക്കാതെ ഭാര്യയോട് യാത്ര പറഞ്ഞു കാറിൽ കയറി. അകന്നു പോകുന്ന കാറിനെ നോക്കി ക്കൊണ്ട് അനസൂയ ഫോൺ എടുത്തു രംഗമ്മയുടെ നമ്പറിലേക്ക് ഡയൽ ചെയ്തു കുറച്ചു സമയം സംസാരിച്ചശേഷം ഫോൺ കട്ട് ചെയ്തു തന്നെ ത്തന്നെ നോക്കി വാതിൽക്കൽ നിൽക്കുന്ന കുഞ്ഞിനെ അവഗണിച്ച് അക ത്തേക്കു പോയി.

പുതിയ കോട്ടേജ് മുഴുവനായും ചുറ്റി കാണുകയായിരുന്നു ചിലങ്ക. മുകളിൽ താമസിച്ചിരുന്ന ഹട്ടിനേക്കാൾ കുറച്ചു കൂടി വലിയ വീടാണ് ഇത്. നടപ്പാതയുടെ ഇരുവശത്തുമായി ഇടതൂർന്നു വളർന്ന നിബിഡ വനത്തിനുള്ളിൽ മുപ്പതോളം കോട്ടേജുകൾ. ഒരുപാട് കോട്ടേജുകളുടെ ഇടയിൽ ആയതു കൊണ്ടുതന്നെ പൂന്തോട്ടത്തിലെ വേലിപ്പടർപ്പിന്റെ അപ്പുറത്തെ ചൂരൽ പാകിയ നടവഴിയിലൂടെ ആളുകൾ വരികയും പോവു കയും ചെയ്യുന്നത് കാണാം. തൊട്ടപ്പുറത്തെ കോട്ടേജിൽ ആളുകളുടെ ഒച്ചയും ബഹളവും കേൾക്കുന്നുണ്ട് . ചിലങ്കക്ക് ഒരു പുതു ജീവൻ വന്നതു പോലെ തോന്നി. എത്രയോ കാലങ്ങൾക്കുശേഷം മനുഷ്യവാ സമുള്ള ഒരിടത്ത് എത്തിയതുപോലെ. രംഗമ്മയുടെ ശാസന വകവയ് ക്കാതെ അവൾ മുറ്റത്തു കൂടി പതുക്കെ അങ്ങോട്ടുമിങ്ങോട്ടും നടന്നു കൊണ്ടേയിരുന്നു. അനസൂയ മാഡത്തിന്റെ കൽപ്പന

'ഒരുകാരണവശാലും ചിലങ്ക പുറത്തിറങ്ങാൻ പാടില്ല' എന്നതാണ്. എങ്കിലും അവളുടെ സന്തോഷം കണ്ടപ്പോൾ അവർക്ക് എതിർത്തു പറ യാൻ തോന്നിയില്ല. പക്ഷേ ആ സന്തോഷത്തിന് വെറും ദിവസങ്ങളുടെ ആയുസ്സേ ഉണ്ടായിരുന്നുള്ളൂ.

ഒരാഴ്ചയ്ക്കുശേഷം പതിവു വൈകുന്നേരത്തെ നടത്തത്തിനായി ഇ ടവഴിയിലേക്ക് ഇറങ്ങിയ അവളോട് അപരിചിതരായ രണ്ടു പുരുഷന്മാർ വന്നു,

'ചിലങ്ക മാഡം അല്ലേ? '

എന്ന് ചോദിച്ചതോടെ ചിലങ്ക ആകെ പേടിച്ചരണ്ടു പോയി. മറുപടി

നൽകാതെ തിടുക്കത്തിൽ അകത്തേക്ക് കയറി പോയ അവളുടെ പുറകെ വന്ന അവർ രണ്ടുപേരും കുറച്ചുസമയം ഇടവഴിയിൽ തന്നെ നിന്നെങ്കിലും അവൾ ഇറങ്ങി വന്നില്ല.

'പതിനാറു കെട്ടിനുള്ളിലെ അകത്തളത്തിൽ ഇട്ട കസേരകളിലൊന്നിൽ ഇരുന്ന് തൊട്ടടുത്തുള്ള വൃദ്ധനായ ഒരു തിരുമേനിയോട് സംസാരിക്കുകയായിരുന്ന റാമിന്റെ ഫോൺ ബെല്ലടിച്ചു. ഒന്ന് സംശയിച്ചു നിന്ന ശേഷം അയാൾ ഫോൺ അറ്റൻഡ് ചെയ്തു.

'സാർ നിങ്ങൾ തന്ന ഫോട്ടോയിലെ പെൺകുട്ടി ഇവിടെ ഭവാനി ഐലൻഡിലെ ഇരുപത്തി രണ്ടാം നമ്പർ കോട്ടേജിൽ ഉണ്ട്. ഞങ്ങൾ സംസാരിക്കാൻ ശ്രമിച്ചെങ്കിലും അവർ പ്രതികരിച്ചില്ല. റിസപ്ഷനിൽ അന്വേഷിച്ചപ്പോൾ അവർക്ക് ഡീറ്റെയിൽസ് ഒന്നും അറിയില്ല.

അവിടെ കൊടുത്തിട്ടുള്ള അഡ്രസ്സും വ്യാജമാണ്. ഞങ്ങൾ എന്താണ് ചെയ്യേണ്ടത്?'

ചാടിയെഴുന്നേറ്റ റാം കേട്ട വാക്കുകളെ വിശ്വസിക്കാനാവാതെ കുറച്ചുസമയം അവിടെത്തന്നെ പകച്ചുനിന്നു. മറുവശത്തുള്ള ഹലോ ശബ്ദം വീണ്ടും ഉയർന്നതോടെ അയാൾ സ്വബോധത്തിലേക്ക് തിരിച്ചുവന്നു.

പെട്ടെന്ന് തന്നെ പറഞ്ഞു.

'നിങ്ങൾ അവിടെ തന്നെ ഒരു കോട്ടേജ് എടുത്തു അവർ പുറത്തേക്ക് പോകുന്നുണ്ടോ എന്ന് ശ്രദ്ധിച്ചാൽ മതി. ഞാൻ അടുത്ത ഫ്ലൈറ്റിൽ തന്നെ എത്തിച്ചേരാം. ബാക്കി കാര്യങ്ങൾ എന്നിട്ട് തീരുമാനിക്കാം.'

തിടുക്കത്തിൽ പുറത്തേക്ക് നടന്ന അയാൾ എന്തോ ഓർത്ത് തിരിച്ചുവന്നശേഷം അകത്തളത്തിൽ ഇരിക്കുന്ന ആ വൃദ്ധന്റെ രണ്ടു കൈകളും കൂട്ടിപ്പിടിച്ചു കൊണ്ട് പറഞ്ഞു.

'തമ്പുരാന് ഭാഗ്യം ഉണ്ട്. കൊച്ചു മകളെ ഞാൻ കൊണ്ടുവരും.. തീർച്ചയായും കൊണ്ടുവരും.'

തിടുക്കത്തിൽ പുറത്തേക്കിറങ്ങി പോകുന്ന അയാളെ നോക്കി നില്ക്കുന്ന ആ വൃദ്ധന്റെ കണ്ണുകൾ നിറഞ്ഞു തുളുമ്പുന്നുണ്ടായിരുന്നു. അയാളുടെ കൈയ്യിൽ റാം നൽകിയ നൃത്ത വേഷത്തിൽ ചിലങ്ക സ്റ്റേജ് പെർഫോമൻസ് നടത്തുന്നതിന്റെ ഒരു ഫോട്ടോ ഉണ്ടായിരുന്നു.

രാത്രി വിജയവാഡയിലേക്ക് ഉയർന്നുപൊങ്ങിയ ഫ്ലൈറ്റിൽ ഇരുന്ന് റാമും ഫോണിൽ അതുതന്നെയായിരുന്നു നോക്കിക്കൊണ്ടിരുന്നത്. സ്കൂൾ ആനിവേഴ്സറി നടന്ന ദിവസം ചിലങ്ക അറിയാതെ അയാൾ പകർത്തിയ കുറച്ചു ഫോട്ടോകളിൽ ഒന്നായിരുന്നു അത്. കുറച്ചു സമയം നോക്കി നിന്ന ശേഷം ഒരു പുഞ്ചിരിയോടെ അയാൾ ആ ഫോൺ

തന്റെ ഹൃദയത്തോടു ചേർത്തു പോക്കറ്റിലിട്ടു വച്ചശേഷം ഒരു ദീർഘ നിശ്വാസത്തോടെ സീറ്റിലേക്ക് ചാഞ്ഞിരുന്നു. ഇതൊന്നുമറിയാതെ ഭവാനി ഐലൻഡിലെ ഇരുപത്തി മൂന്നാം നമ്പർ കോട്ടേജിനുള്ളിൽ ചിലങ്ക സുഖനിദ്രയിൽ അമർന്നു കിടന്നു.

അധ്യായം 17

നേരം നന്നായി പുലർന്നിരിക്കുന്നു. ആർത്തലച്ചു പെയ്യുന്ന മഴയും നോക്കി സിറ്റൗട്ടിൽ ഇരിക്കുകയായിരുന്നു ചിലങ്ക.

കനത്ത മഴ ആയതു കൊണ്ടാവാം പുറത്തൊന്നും ആരെയും കാണാനില്ല. ഇന്ന് വിസിറ്റേഴ്സ് കുറവാണെന്നു തോന്നുന്നു. കാലംതെറ്റി പെയ്യുന്ന മഴയെ ശപിച്ചു കൊണ്ട് പുറത്തേക്ക് വന്ന് ചൂരൽ വിരികൾ നീക്കി ഇടുമ്പോളാണ് രംഗമ്മ സോഫയിൽ ചടഞ്ഞു കൂടി ഇരിക്കുന്ന ചിലങ്കയെ ശ്രദ്ധിച്ചത്. കഴിഞ്ഞ കുറച്ചു ദിവസങ്ങളായി ഛർദ്ദിയും മനം പുരട്ടലും തുടങ്ങിയതുകൊണ്ട് നന്നേ ക്ഷീണിതയായിരുന്ന ചിലങ്കയുടെ അടുത്തുചെന്ന് മുടിയിൽ തഴുകി കൊണ്ട് അവർ ചോദിച്ചു.

'ഭക്ഷണം വിളമ്പി വെച്ചിട്ട് എത്ര നേരമായി ഞാൻ വിളിക്കുന്നു! മോൾ ഇവിടെ വന്നിരിക്കുകയാണോ?'

'എനിക്ക് കഴിക്കാൻ തോന്നുന്നില്ല ആന്റി. ചർദ്ദിക്കാൻ വയ്യ!'

തളർച്ചയോടെയുള്ള ചിലങ്കയുടെ മറുപടി കേട്ടു അലിവോടെ പുഞ്ചിരിച്ചു കൊണ്ട് അവർ അവളെ തന്നിലേക്ക് ചേർത്തണച്ചു കൊണ്ടു പറഞ്ഞു.

'ഗർഭിണികൾക്ക് ഇതൊക്കെ പതിവല്ലേ? അതും പറഞ്ഞ് ഭക്ഷണം വേണ്ടെന്നു വെച്ചാൽ ഉള്ളിലുള്ളത് ഒരാളല്ല എന്ന ഓർമ്മ വേണം. ഊണു വേണ്ടെങ്കിൽ കഴിക്കേണ്ട. മോൾക്ക് എന്താണ് കഴിക്കാൻ തോന്നുന്നത് എന്ന് പറയൂ! നമുക്ക് വഴിയുണ്ടാക്കാം.'

ഒരു ചിണുക്കത്തോടെ രംഗമ്മയുടെ വയറിൽ തലചായ്ച്ച് കെട്ടിപ്പിടിച്ച് കൊണ്ട് ചിലങ്ക കണ്ണുകളടച്ചു. ഇന്നലെ വരെ ആരോ ആയിരുന്ന ആ സ്ത്രീ മാത്രമായിരുന്നു ഇന്ന് അവൾക്ക് എല്ലാം. വാത്സല്യത്തോടെ അവളുടെ മുടിയിൽ തഴുകി കൊണ്ട് രംഗമ്മ ആവർത്തിച്ചു ചോദിച്ചു.

'പറ! മോൾക്ക് എന്താണ് കഴിക്കാൻ തോന്നുന്നത്?'

അവൾ കണ്ണുകൾ അടച്ച് ആലോചിച്ചു. നാട്ടിൽ അമ്മ ഉണ്ടാക്കി തന്നിരുന്ന പല രുചികളും അവളുടെ മനസ്സിലൂടെ കടന്നു പോയി. ഇല്ല അതൊന്നുമല്ല മനസ്സ് ആഗ്രഹിക്കുന്നത്. മഴ പെയ്യുന്ന ശബ്ദം മാത്രം കേട്ടു

കൊണ്ട് കണ്ണടച്ചിരിക്കുമ്പോൾ അന്ന് നയനയേയും കൊണ്ട് റെയിൽ വേ സ്റ്റേഷനിലേക്ക് പോകുമ്പോൾ വഴിയരികിലുള്ള തട്ടുകടയിൽ നിന്നും റാം തങ്ങൾക്കു വാങ്ങി നൽകിയ കുനുകുനെ അരിഞ്ഞ ഉള്ളിയും നിറ യെ നെയ്യും തൂകിയ നന്നായി മൊരിഞ്ഞ, ഉള്ളിപ്പായലട്ടു എന്ന് പേരു ള്ള വലിയ ദോശയാണ് അവളുടെ മനസ്സിലേക്ക് പെരുമഴയോടൊപ്പം ഓടി കയറി വന്നത്. കണ്ണുകൾ അടച്ചു കൊണ്ടു തന്നെ അവൾ മന്ത്രിച്ചു.

'എനിക്ക് ഉള്ളിപ്പായലട്ടു മതി. കടല ചട്നിയും.'

'അമ്മ മലയാളി ആയിട്ടു കാര്യമില്ല. മോളുടെ കുഞ്ഞുങ്ങൾക്ക് അച്ഛ ന്റെ രുചികളോടാണ് താല്പര്യമെന്നു തോന്നുന്നു.'

പാവം ആന്റി! അനസൂയ മാഡത്തിന് വേണ്ടി ഏതോ ആന്ധ്രക്കാ രന്റെ കുഞ്ഞുങ്ങളെയാണ് താൻ വയറ്റിൽ പേറുന്നത് എന്നാണ് അവർ ധരിച്ചിരിക്കുന്നത്. അതാരാണെന്ന് അവരെ പോലെ തനിക്കും അറിയി ല്ലെന്ന അവരുടെ വിശ്വാസത്തെ തകർക്കാനുള്ള ധൈര്യം ഇല്ലാത്തതു കൊണ്ട് തന്നെ ചിലങ്ക പുഞ്ചിരിയോടെ കണ്ണുകൾ അടച്ചു കൊണ്ടു ചിന്തിച്ചു. എന്റെ കുഞ്ഞുങ്ങളുടെ അച്ഛനുമമ്മയും മലയാളികൾ തന്നെ യാണ്. അവരുടെ ഇഷ്ടങ്ങളും എന്റെ നാടിന്റേത് തന്നെയാവും. പക്ഷേ ഈ രുചി! അത് എന്റെ കുഞ്ഞുങ്ങളുടെ അച്ഛന്റെ സാമീപ്യത്തെ തിരി ച്ചുപിടിക്കാനുള്ള ഒരു കൊതി മാത്രമാണ്.

'ഞാനിപ്പോൾ തന്നെ ഓർഡർ ചെയ്യാം!'

എന്നു പറഞ്ഞു കൊണ്ട് അകത്തേക്ക് നടക്കുന്ന രംഗമ്മയിൽ നിന്നും കണ്ണെടുത്തവൾ പെരുമഴയിലേക്ക് ദൃഷ്ടി തിരിച്ചു. മഴ പെയ്തു കൊ ണ്ടേയിരുന്നു. കൂടെ തന്നെ വീശിയടിക്കുന്ന കാറ്റും.

മരച്ചില്ലകൾ ആടിയുലയുന്നു.

അകത്തു നിന്നും രംഗമ്മയുടെ വിളി കേട്ടതോടെ അവൾ എഴുന്നേറ്റ് അകത്തേക്ക് നടന്നു. പത്ത് മിനിറ്റ് കഴിഞ്ഞു ബെല്ലടിക്കുന്ന ശബ്ദം കേട്ടപ്പോൾ ചിലങ്കയുടെ വസ്ത്രങ്ങൾ ഇസ്തിരിയിടുക ആയിരുന്ന രംഗമ്മ അത് നിർത്തി വാതിൽക്കലേക്ക് നടക്കാൻ ഭാവിച്ചപ്പോൾ തടഞ്ഞു കൊണ്ട് അവൾ പറഞ്ഞു.

'വേണ്ട ഞാൻ പോകാം! അത് എന്റെ ദോശ വന്നതാ.'

ഒരു പുഞ്ചിരിയോടെ തിടുക്കത്തിൽ നടന്നു ചെന്നു വാതിൽ തുറന്ന ചിലങ്കയുടെ മുന്നിൽ, ചുമലൊപ്പമുള്ള മുടി അഴിഞ്ഞ്, കലങ്ങിയ കണ്ണു കളുമായി, പതിവു കറുപ്പ് വസ്ത്രത്തിൽ അവിശ്വസനീയമായ ഒരു കാഴ് ച കണ്ടതിന്റെ പകപ്പോടെ റാം ഇരുകൈകളും വാതിൽപ്പടിയിൽ പിടി ച്ചു നിൽക്കുന്നുണ്ടായിരുന്നു. ഒറ്റ നിമിഷം കൊണ്ട് ഞെട്ടിത്തരിച്ചു പോയ

ചിലങ്ക കൺമുന്നിൽ കാണുന്നത് സ്വപ്നമോ സത്യമോ എന്ന് തിരിച്ചറിയാനാവാത്ത വിധം ഭ്രമിച്ചു പോയിരുന്നു. കുറച്ചു നിമിഷങ്ങൾക്കൊടുവിൽ സമനില തിരിച്ചു കിട്ടുന്നതിനു മുൻപു തന്നെ റാം അവളെ വാരിപ്പുണർന്നു കഴിഞ്ഞിരുന്നു. നിറഞ്ഞു തുളുമ്പുന്ന കണ്ണുകളോടെ, ഭ്രാന്തമായ ആവേശത്തിൽ അവൻ അവളെ ചുംബനങ്ങൾ കൊണ്ട് മൂടി. ഒന്നു പ്രതികരിക്കാൻ പോലും കഴിയാതെ സ്വപ്ന സാഫല്യത്തിന്റെ ആ നിമിഷങ്ങളിൽ ചിലങ്ക സ്വയം മറന്നു പോയി.

നെറ്റിയിൽ...കണ്ണിൽ... കവിളിൽ.... കഴുത്തിൽ,. ചൊടിയിതളുകളിൽ... അയാൾ അമർത്തി അമർത്തി ചുംബിച്ചു. സ്വയമറിയാതെ ചിലങ്കയുടെ കൈകളും അയാളെ ഭ്രാന്തമായി വരിഞ്ഞുമുറുക്കി കൊണ്ടിരുന്നു. ഒന്നു കൂടി അവളെ തന്നിലേക്ക് ഇറുക്കി അണച്ചുകൊണ്ട് അയാൾ ചെവിയിൽ ചോദിച്ചു.

'നീയില്ലാതെ... എങ്ങനെ ഞാൻ..?'

'ഈശ്വരാ ഒരു ഗർഭിണിയായ കുട്ടിയോടാണോ ഈ അതിക്രമം? ആരാണ് നിങ്ങൾ? എന്റെ മോളെ വിടെടോ.'

എന്നാക്രോശിച്ചുകൊണ്ട് അപ്പോഴാണ് രംഗമ്മ ഓടി അവർക്കിടയിലേക്ക് വന്നത്.

ഒരു പിടച്ചിലോടെ അവർ ചിലങ്കയെ വലിച്ചു തന്റെ പിറകിലേക്ക് നീക്കികൊണ്ട് അതീവ കോപത്തോടെ റാമിനോടു തുടർന്നു.

'മൂന്നാലു മാസം വയറ്റിൽ ഉള്ള പെണ്ണിനെ കേറി പിടിക്കാൻ തനിക്കെന്താ ഭ്രാന്തുണ്ടോ?'

കേട്ട വാക്കുകൾ വിശ്വസിക്കാൻ കഴിയാതെ റാം ഒരു ഞെട്ടലോടെ ചിലങ്കയെ നോക്കി.

ശരിയാണ്, അവളുടെ വയർ കുറച്ച് ഉയർന്നു നിൽക്കുന്നുണ്ട്. മുഖത്ത് നല്ല ക്ഷീണം പ്രകടമാണ്. കൺമുന്നിൽ കണ്ട തിരിച്ചറിവിന്റെ നടുക്കത്തിൽ അയാൾക്ക് ദേഹം കുളിർന്നു വിറച്ചു.

'അപ്പോൾ... അപ്പോൾ ചിലങ്ക വിവാഹിത ആയോ?'

തളർന്ന ശബ്ദത്തിൽ ഉള്ള റാമിന്റെ ചോദ്യത്തിന് രംഗമ്മയാണ് മറുപടി പറഞ്ഞത്.

'അവളുടെ വിവാഹ കാര്യമൊക്കെ അന്വേഷിക്കാൻ താൻ ആരാണ്? എത്രയും പെട്ടെന്ന് ഇവിടെ നിന്ന് പോയില്ലെങ്കിൽ ഞാൻ റിസപ്ഷനിൽ വിളിച്ച് പരാതി പറയും.'

രംഗമ്മയുടെ വാക്കുകളെ അവഗണിച്ചുകൊണ്ട് റാം ചിലങ്കയെ നോക്കി. ഒന്ന് മുഖം പോലും ഉയർത്താതെ താഴേക്ക് നോക്കി നിശ്ചലം

നിൽക്കുകയാണവൾ. തങ്ങൾ പിരിഞ്ഞു കഴിഞ്ഞ ഉടനെ തന്നെ അവൾ വിവാഹിതയായിട്ടുണ്ടാവാം. വയറു കാണുമ്പോൾ തന്നെ അറിയാൻ കഴിയുന്നുണ്ട് ഗർഭിണിയാണെന്ന്. പെട്ടെന്ന് കണ്ട ആവേശത്തിൽ തന്റെ ശ്രദ്ധയിൽപ്പെട്ടില്ല എന്നുമാത്രം. റാമിന് തന്റെ നിയന്ത്രണം വിട്ടുപോയി. എന്തൊക്കെയോ പറഞ്ഞു തന്നെ പിറകിലേക്ക് തള്ളുന്ന രംഗമ്മയോട് അയാൾ അലറി കൊണ്ട് പറഞ്ഞു.

'ഗർഭിണി എന്ന് നിങ്ങൾ പറഞ്ഞാൽ മതിയോ? ഗർഭത്തിനുത്തരവാദി ഉണ്ടാവില്ലേ? അയാൾ എവിടെ? എനിക്ക് അയാളെ ആണ് കാണേണ്ടത്.'

പകച്ചുപോയ രംഗമ്മ പരിഭ്രമത്തോടെ ചുറ്റും നോക്കി. ചിലങ്കയെ തന്റെ പുറകിലേക്ക് ഒന്നുകൂടി നീക്കി നിർത്തിക്കൊണ്ട് പറഞ്ഞു.

'പൊന്നു സാറേ ഉപദ്രവിക്കരുത്! ഈ കൊച്ചിന്റെ ഭർത്താവ് ടൗണിൽ പോയേക്കുവാ. അദ്ദേഹം വരുന്നതിനു മുൻപ് ദയവായി നിങ്ങൾ ഇവിടെ നിന്ന് പോകണം. നിങ്ങൾ ആരാണെന്നോ എന്താണെന്നോ എനിക്കറിയില്ല. ഈ കുട്ടിയുടെ ജീവിതം നശിപ്പിക്കരുത്.'

കൈകൂപ്പിക്കൊണ്ട് പറയുന്ന ആ സ്ത്രീയെ സ്വപ്നത്തിലെന്ന പോലെ അയാൾ കണ്ടു. എല്ലാം ഒരു സ്വപ്നം മാത്രമാണെന്ന് അയാൾക്ക് തോന്നി. കൺമുന്നിൽ നിൽക്കുന്ന പ്രാണനായ് സ്നേഹിച്ച പെണ്ണും, അവളുടെ കുറച്ചു വീർത്ത വയറും, തളർന്നു വീഴാറായ ആ നിൽപ്പും. എല്ലാം എന്നോ കണ്ട ഒരു സ്വപ്നം പോലെ മങ്ങി നിൽക്കുന്നു. മറ്റൊന്നും പറയാനാകാതെ തളർന്ന കാലുകൾ വലിച്ചെടുത്ത് അയാൾ തിരിഞ്ഞു നടന്നു. നടപ്പാതയിലേക്ക് ഇറങ്ങി ഒന്ന് തിരിഞ്ഞു നോക്കിയ അയാൾക്കു മുന്നിൽ കണ്ണീരൊഴുകി നനഞ്ഞ കവിളുകളോടെ ഒരു സാലഭഞ്ജിക പോലെ ചിലങ്ക തളർന്നു നിന്നു. അവസാനമായി തിരിഞ്ഞു നോക്കുന്ന അയാളുടെ കണ്ണുകളിൽ അവൾക്ക് കാണാമായിരുന്നു,

'എങ്കിലും! എങ്ങനെ കഴിഞ്ഞു നിനക്ക് എന്നോട് ഇങ്ങനെ ചെയ്യാൻ?'

എന്ന ചോദ്യം. ഒന്നും മനസ്സിലാകാതെ പകച്ചു നിൽക്കുന്ന രംഗമ്മയുടെ മുന്നിലൂടെ പൊട്ടിപൊട്ടി കരഞ്ഞു കൊണ്ട് ചിലങ്ക കിടപ്പു മുറിയിലേക്ക് ഓടി കയറി വാതിലടച്ചു. ആകെ പരിഭ്രമിച്ചു പോയ ആ സ്ത്രീ പെട്ടെന്ന് തന്നെ ഫോൺ എടുത്തു അനസൂയ മാഡത്തെ വിളിക്കാനായി അകത്തേക്ക് നടന്നു.

'സർ, കുറച്ചു മാസങ്ങളായി അവർ ഇവിടെ താമസിക്കുന്നു എന്നതൊഴിച്ചാൽ മറ്റു ഡീറ്റെയിൽസ് ഒന്നും തന്നെ റിസപ്ഷനിൽ നിന്നും ലഭിച്ചിട്ടില്ല. സാറിന്റെ അളിയന്റെ റിസോർട്ട് ആയതുകൊണ്ട് അധികം ബഹളം ഒന്നുമില്ലാതെ കാര്യങ്ങൾ കൈകാര്യം ചെയ്യാനാണ് ഞങ്ങൾ

ശ്രമിക്കുന്നത്. നമ്മുടെ ഒരു പയ്യൻ ഇവിടെയുണ്ട്. അവനെ ഒന്നു കണ്ടാൽ കാര്യങ്ങൾ അറിയാം.'

തൊട്ടരികിൽ നിന്ന് പറഞ്ഞുകൊണ്ടിരുന്ന യുവാവിന്റെ വാക്കുകൾ റാം ശ്രദ്ധിച്ചതേയില്ല. അയാൾ ആകെ തളർന്നു പോയിരുന്നു. ജീവിതത്തിൽ ഇതുവരെ അഭിമുഖീകരിക്കാത്ത വലിയൊരു പ്രശ്നം തനിക്കു മുന്നിൽ നടന്നത് പോലെ അയാൾക്ക് തോന്നി. താൻ കണ്ണുകൾ കൊണ്ട് നേരിട്ട് കണ്ട കാഴ്ച ആയിട്ടും അയാൾക്കത് വിശ്വസിക്കാൻ കഴിഞ്ഞില്ല.

അവൾ... അവൾ തന്നെ സ്നേഹിച്ചിട്ടില്ലേ?

ദൂരെ നിന്നു കാണുന്ന നിമിഷം തന്നെ പിടഞ്ഞുണരുന്ന ആ മിഴികളിൽ താൻ കണ്ടതാണ്... അറിഞ്ഞതാണ്... അളവില്ലാത്ത പ്രണയം. എന്നിട്ടും അവൾക്ക് എങ്ങനെ കഴിഞ്ഞു? സ്വന്തം ഭാവി സുരക്ഷിതമാക്കിയതാവാം, എങ്കിലും തങ്ങൾ പരസ്പരം അത്രയേറെ സ്നേഹിക്കുന്ന സമയത്തുതന്നെ എങ്ങനെ അവൾക്ക് മറ്റൊരാളെ സ്നേഹിക്കാൻ കഴിഞ്ഞു? ഭ്രാന്ത് പിടിച്ച ആലോചനകളോടെ നടന്നു ചെന്ന് ബോട്ടിൽ കയറുന്ന അയാളെ അനുയായികൾ നിശബ്ദരായി അനുഗമിച്ചു.

'മേഡം, ഇവിടെ ആകെ പ്രശ്നമാണ്. ആരോ ഒരാൾ വന്നു ചിലങ്ക മോളെ കയറി പിടിച്ചു. അയാൾ കുഞ്ഞിന്റെ ഭർത്താവിനെ കാണണം എന്നു പറഞ്ഞു. ചിലങ്കയുടെ ഭർത്താവ് പുറത്തു പോയിരിക്കുകയാണ്' എന്ന് പറഞ്ഞ് ഞാൻ അയാളെ വല്ലവിധേനയും ഒഴിവാക്കിവിട്ടിട്ടുണ്ട്.

പക്ഷേ അയാൾ പോകാൻ സാധ്യത കുറവാണ്. ചിലങ്കക്കുഞ്ഞാണെങ്കിൽ പിന്നെ ഈ നിമിഷം വരെ വാതിൽ തുറന്നിട്ടില്ല.'

ബ്യൂട്ടി പാർലറിൽ നിന്ന് ഇറങ്ങുമ്പോഴാണ് അനസൂയക്ക് രംഗമ്മയുടെ കോൾ വന്നത്. ഒറ്റശ്വാസത്തിൽ രംഗമ്മ പറഞ്ഞു തീർത്ത വാക്കുകൾ അനസൂയയുടെ ഹൃദയത്തിൽ കനലുകൾ വാരിയെറിഞ്ഞു. കുറച്ച് നിമിഷത്തെ നിശബ്ദതയ്ക്കൊടുവിൽ വെപ്രാളത്തോടെ അവർ ചോദിച്ചു.

'അയാളെ കാണാൻ എങ്ങനെയുണ്ട്? ഇനി കണ്ടാൽ നിനക്ക് തിരിച്ചറിയുമോ?'

'കാണാൻ നല്ല യോഗ്യനാണ് മാഡം. കറുത്ത വസ്ത്രങ്ങളാണ് അണിഞ്ഞിരിക്കുന്നത്. മുടി നീട്ടി വളർത്തി, നല്ല ഉയരവും ആരോഗ്യവുമുള്ള ഒരാൾ.'

അനസൂയയുടെ നടുക്കം പൂർണമായി.

'അവർ തമ്മിൽ എന്തെങ്കിലും സംസാരിച്ചോ?'

'ഇല്ല മാഡം. ചിലങ്കക്കുഞ്ഞിനെ ഞാൻ പിടിച്ചു മാറ്റിയിരുന്നു അപ്പോ

ളേക്കും.'

ആ മറുപടി അനസൂയയിൽ ചെറുതല്ലാത്ത ആശ്വാസം ഉളവാക്കി. അപ്പോൾ ഇതുവരെ റാം കാര്യങ്ങൾ അറിഞ്ഞിട്ടില്ല. എങ്കിലും അയാൾ അവളെ അന്വേഷിച്ച് അവിടെവരെ എത്തിയിരിക്കുന്നു. അതിനർത്ഥം അയാൾ അന്നുമുതൽ അവളെ അന്വേഷിക്കുന്നുണ്ട് എന്നല്ലേ? ബിസിനസ് മീറ്റ് എന്നു പറഞ്ഞുള്ള യാത്രകളെല്ലാം ഒരുപക്ഷേ ഇതിനുവേണ്ടി ആയിരിക്കും. അനസൂയ പല്ലു കടിച്ചു കൊണ്ട് മന്ത്രിച്ചു.

'ചതിയൻ..!'

അവൾ തിടുക്കത്തിൽ ഫോൺ എടുത്തു കൊണ്ട് രംഗമ്മയെ തിരിച്ചു വിളിച്ചു.

'എത്രയും പെട്ടെന്ന് സാധനങ്ങൾ പായ്ക്ക് ചെയ്തു തയ്യാറായിക്കോളൂ! നിങ്ങൾക്ക് പോകാനുള്ള വണ്ടി വരുന്നുണ്ട്.'

അധ്യായം 18

'വാതിൽ തുറക്കൂ കുട്ടീ! ബോട്ട് വന്നിട്ടുണ്ട്. അക്കരെ കാർ എത്തിക്കഴിഞ്ഞു. മാഡം നമുക്കു വേണ്ടി കാത്തുനിൽക്കുകയാണ്. എന്റെ മോളിറങ്ങി വന്നേ.'

രംഗമ്മയുടെ തുടർച്ചയായുള്ള വിളിയാണ് ചിലങ്കയെ മരവിപ്പിൽ നിന്നും ഉണർത്തിയത് ഈയൊരവസ്ഥയിൽ റാം തന്നെ കണ്ടെത്തുമെന്ന് അവൾ സ്വപ്നത്തിൽ പോലും പ്രതീക്ഷിച്ചിരുന്നില്ല. അതുകൊണ്ടു തന്നെ ആ ഒരു ഞെട്ടലിൽ നിന്ന് അവൾക്ക് ഇനിയും പുറത്തുകടക്കാൻ കഴിഞ്ഞിട്ടുണ്ടായിരുന്നില്ല. അവസാന നോട്ടത്തിൽ അവന്റെ കണ്ണുകളിൽ തെളിഞ്ഞു കണ്ട സ്നേഹവും ദയനീയതയും അവളെ തീർത്തും തകർത്തുകളഞ്ഞു. അദ്ദേഹത്തിന്റെ കാഴ്ചപ്പാടിൽ താൻ ഒരു വഞ്ചകി ആണ് ഇപ്പോൾ. മറ്റൊരുത്തന്റെ കുഞ്ഞിനെ വയറ്റിൽ പേറുന്നവൾ. എങ്കിലും ഒരു തരി പോലും പക അല്ല, ചതിക്കപെട്ടവന്റെ വേദന മാത്രമായിരുന്നു അദ്ദേഹത്തിൽ എന്നവൾ വേദനയോടെ ഓർമിച്ചു.

'ചിലങ്ക പാപ്പാ... വാതിൽ തുറക്കൂ, മാഡം വിളിക്കുന്നുണ്ട്, ഒന്നു വേഗം ആവട്ടെ.'

പുറത്ത് രംഗമ്മയുടെ മുട്ടലിന് ശബ്ദം കൂടിയതോടെ ചിലങ്ക വാതിൽ തുറന്നു പുറത്തേക്കിറങ്ങി. രണ്ടു ബാഗുകളിൽ ആയി എല്ലാം പാക്ക് ചെയ്തു രംഗമ്മ തയ്യാറായി നിൽക്കുകയായിരുന്നു.

ചിലങ്കയെ കണ്ടതോടെ ആശ്വാസത്തോടെ അവർ പുറത്തു കാത്തു നിൽക്കുകയായിരുന്ന സെക്യൂരിറ്റിയുടെ കൈകളിലേക്ക് ബാഗുകൾ വെച്ച് കൊടുത്ത ശേഷം പറഞ്ഞു.

'ബോട്ടിൽ വച്ചേക്കു. ഞങ്ങളിതാ വരികയാണ്.'

ചിലങ്കയെ സോഫയിൽ പിടിച്ചിരുത്തി മുടി ചീകി വൃത്തിയായി മെടഞ്ഞു കൊണ്ടിരിക്കുന്നതിനിടയിൽ അവർ പറഞ്ഞു.

'ഞാൻ മാഡത്തിനെ വിളിച്ചു കാര്യങ്ങൾ പറഞ്ഞു. ഉടനെ പുറപ്പെടാൻ ആണ് പറഞ്ഞത്. ഒരു കണക്കിനു പറഞ്ഞാൽ അതു തന്നെയാണ് നല്ലത്. ആരാ?എന്താ? എന്നു പോലും ചോദിക്കാതെ അല്ലേ ഓരോരുത്തന്മാർ വന്നുകയറി പിടിക്കുന്നത്.

ഇവിടെ സ്ത്രീകൾ മാത്രമാണ് താമസിക്കുന്നതെന്ന് നോക്കി വെച്ച ആരോ ആണെന്നാണ് എനിക്ക് തോന്നുന്നത്.'

തന്നോടാണ് പറയുന്നതെങ്കിലും രംഗമ്മയുടെ ഉള്ളിൽ എന്തോ ഒരു കരടു വീണിട്ടുണ്ട് എന്ന് ചിലങ്കക്ക് അവരുടെ സംസാരത്തിൽ നിന്ന് മനസ്സിലാകുന്നുണ്ടായിരുന്നു. രംഗമ്മയുടെ മനസ്സിലും അതിനെ കുറിച്ചു തന്നെയായിരുന്നു ചിന്ത . കാരണം റാമിന്റെ നെഞ്ചിൽ നിന്നും ചിലങ്കയെ പിടിച്ചു മാറ്റാൻ അവർക്ക് അത്യാവശ്യം നല്ല ബലം പ്രയോഗിക്കേണ്ടി വന്നിരുന്നു. അന്യനായ ഒരാളാണെങ്കിൽ ഒരിക്കലും ഒരു പെൺകുട്ടി അയാളെ ഇത്രയേറെ സ്നേഹത്തോടെ ഇറുകെ പുണരില്ലെന്ന് അവർക്ക് ഊഹിക്കാവുന്നതേ ഉണ്ടായിരുന്നുള്ളൂ.

എങ്കിലും മനസ്സിലെ സംശയങ്ങൾ പുറത്തു കാണിക്കാതെ, എത്രയും പെട്ടെന്ന് ഇവിടെ നിന്ന് പുറത്തു കടക്കുന്നതാണ് ഉചിതം. എന്ന് മനസ്സിലാക്കി അവർ പക്വതയോടെ നിശ്ശബ്ദയായി ഇരുന്നു.

കായലോളങ്ങളെ കീറിമുറിച്ചുകൊണ്ട് അതിവേഗത്തിൽ പോകുന്ന ബോട്ടിൽ ഇരുന്നു ചിലങ്ക ഒന്നുകൂടി തിരിഞ്ഞു നോക്കി. ഒരുപാട് സങ്കടങ്ങളും ഒരിത്തിരി സന്തോഷവും മനസ്സിൽ ബാക്കിയാക്കിയ കുറച്ചു ദിവസങ്ങൾ. ഇനി ഇങ്ങോട്ട് ഒരു തിരിച്ചുവരവ് ഉണ്ടാകില്ല. അവൾ കണ്ണുകളടച്ച് സീറ്റിൽ ചാരിയിരുന്നു. അക്കരെ അവർക്കായി കാത്തു കിടന്ന കാറിൽ കയറുമ്പോഴാണ് ചിലങ്കക്ക് അനസൂയയുടെ കോൾ വന്നത്.

'നിന്നെ ആരോ ഉപദ്രവിക്കാൻ ശ്രമിച്ചെന്ന് രംഗമ്മ പറഞ്ഞു. ഞാൻ ഒരു കേസ് രജിസ്റ്റർ ചെയ്താലോ എന്ന് ആലോചിക്കുകയാണ്. കണ്ടാൽ അറിയുന്ന ആരെങ്കിലുമാണോ?'

ചിലങ്കയുടെ ഉള്ളിലൊരു മിന്നൽ പുളഞ്ഞു. സ്വയമറിയാതെ ആധിയോടെ അവൾ പെട്ടെന്നു മറുപടി പറഞ്ഞു.

'ഇല്ല മാഡം എനിക്കറിയില്ല. ആരോ ആളറിയാതെ കേറിയതാണെന്നാണ് തോന്നുന്നത്. വെറുതെ എന്തിനാണ് കേസൊക്കെ!'

പരിഭ്രമത്തോടെയുള്ള ചിലങ്കയുടെ മറുപടികേട്ടപ്പോൾ അനസൂയയുടെ ചുണ്ടിൽ ക്രൂരമായ ഒരു പുഞ്ചിരി വിരിഞ്ഞു.

'നിനക്ക് താല്പര്യം ഇല്ലെങ്കിൽ വേണ്ട. ഏതായാലും ഇനി അവിടം സേഫ് അല്ല. ഒരു മൂന്നു മാസത്തേക്ക് മറ്റൊരു താമസസൗകര്യം ഏർപ്പാടാക്കിയിട്ടുണ്ട്.

ഏഴാം മാസം നമുക്ക് ഹോസ്പിറ്റലിലേക്ക് മാറാം. അതുവരെ ഇനി അധികം പൊതുവായ ഇടങ്ങളിലേക്ക് ഇറങ്ങാത്തതാണ് നല്ലത്. ഫോൺ രംഗമ്മയ്ക്ക് കൊടുക്കൂ.'

ഫോൺ കൈമാറി നിശബ്ദയായി പുറത്തേക്ക് നോക്കിയിരിക്കുമ്പോൾ ചിലങ്കയുടെ നെഞ്ച് നീറുകയായിരുന്നു.

എന്നെങ്കിലും അദ്ദേഹം അറിയുമോ ഞാൻ അദ്ദേഹത്തെ ചതിച്ചിട്ടില്ല എന്ന്. അദ്ദേഹത്തിന്റെ കുഞ്ഞുങ്ങളെയാണ് താൻ വയറ്റിൽ പേറുന്നതെന്ന്. നിറഞ്ഞു തുടങ്ങിയ കണ്ണുകളെ നിയന്ത്രിച്ചുകൊണ്ട് അവൾ പിറകിലേക്ക് ഓടിമറയുന്ന കാഴ്ചകളെ നോക്കിയിരുന്നു.

******

'ഞാൻ സത്യമാണ് സാർ പറയുന്നത്. അവർ റൂം എടുത്തിരിക്കുന്നത് എംഡിയുടെ കെയറോഫിൽ ആണ്. അതുകൊണ്ട് തന്നെ അവരുടെ അഡ്രസ്സോ മറ്റു ഡീറ്റെയിൽസോ രജിസ്റ്ററിൽ രേഖപ്പെടുത്തിയിട്ടില്ല.'

ഭവാനി ഐലൻഡിലെ സ്റ്റാഫും റാമിന്റെ പി എ ആയ സുധീപിന്റെ സുഹൃത്തുമായ കിഷനെ അന്വേഷിച്ച് അവന്റെ വീട്ടിൽ എത്തിയതാണ് റാമും അനുചരരും. കാര്യങ്ങളൊക്കെ അറിഞ്ഞതിനു ശേഷമുള്ള അവന്റെ മറുപടി കേട്ടപ്പോൾ റാമിന് ആകെ ഭ്രാന്ത് പിടിക്കുന്നുണ്ടായിരുന്നു. എന്തൊക്കെയാണ് തനിക്കുചുറ്റും താനറിയാതെ നടക്കുന്നതെന്ന് അയാൾ അമ്പരപ്പോടെ ചിന്തിച്ചു. തന്റെ ഭാര്യാസഹോദരനായ ജയനാഥൻ എന്തിനാണ് ചിലങ്കയെ ഇവിടെ രഹസ്യമായി പാർപ്പിച്ചത്? അവളുടെ ഭർത്താവ് പുറത്തുപോയി എന്നല്ലേ ആ സ്ത്രീ പറഞ്ഞത്? അപ്പോൾ.... അപ്പോൾ അതിനർത്ഥം? ഗർഭിണിയായ അവളുടെ ഭർത്താവാണോ വിവാഹിതനും മൂന്നു കുട്ടികളുടെ അച്ഛനുമായ ജയനാഥൻ?

'ജയനാഥൻ സാർ ഒരുപക്ഷേ ഇവരെ രഹസ്യമായി പാർപ്പിച്ചതാണെങ്കിലോ സാർ? അദ്ദേഹത്തിന് ഭാര്യയും മക്കളും ഒക്കെ ഉണ്ടല്ലോ. ഒരുപക്ഷേ കൊണ്ടുനടന്നു ഈ പെൺകുട്ടി ഗർഭിണിയായപ്പോൾ മറ്റു വഴികൾ ഒന്നുമില്ലാതെ...'

പരുങ്ങലോടെ അയാൾ എന്താണ് പറഞ്ഞു വരുന്നത് എന്ന് റാമിന് മനസ്സിലാകുന്നുണ്ടായിരുന്നു. അയാളുടെ ഇടനെഞ്ചിലൂടെ ഒരു ഞെട്ടൽ കടന്നുപോയി. ഇല്ല! ഒരിക്കലുമില്ല. അവളുടെ കണ്ണുകളിലെ സ്നേഹം എത്രത്തോളം ആത്മാർത്ഥമാണെന്ന് അനുഭവിച്ചറിഞ്ഞവനാണ് താൻ. തന്നെ ചതിച്ച് മറ്റൊരുത്തന്റെ വെപ്പാട്ടിയായി ജീവിക്കാൻ മാത്രം അധപതിച്ചിട്ടില്ല പനിനീർ പൂ പോലെ പരിശുദ്ധയായ ആ പെൺകിടാവ്.

'അതിനാണ് സാധ്യത കൂടുതൽ. അല്ലാതെ ആ പെൺകുട്ടിയെ കാണാൻ ഇത്രയും ദിവസമായിട്ടും ഒന്നോ രണ്ടോ പ്രാവശ്യം ഒരു സ്ത്രീ വന്നത് ഒഴിച്ചാൽ മറ്റു സന്ദർശകർ ആരും ഉണ്ടായിരുന്നില്ല. ഇവിടെ

ആന്ധ്രക്കാർക്ക് ചിന്നവീട് സെറ്റപ്പ് ഒക്കെ സാധാരണ സംഭവമല്ലേ? ഇതിപ്പോ ഗർഭിണിയായതുകൊണ്ട് ഒഴിയാൻ പറ്റിയിട്ടുണ്ടാവില്ല...'

'ഷട്ട് അപ്പ്... ചിലങ്ക അങ്ങനെ ഒരു പെൺകുട്ടി അല്ല! മതി തന്റെ അന്വേഷണം. എനിക്കറിയാം ഇനി എന്തു വേണമെന്ന്.'

അലറിക്കൊണ്ട് ചാടിയെഴുന്നേറ്റ റാമിന്റെ ഭാവമാറ്റം കണ്ടു ചുറ്റും കൂടി നിന്ന അനുചരന്മാർ നിശബ്ദരായി പുറകിലേക്ക് നീങ്ങി നിന്നു. ചെറിയ ഭയത്തോടെ പിന്നിലേക്ക് നീങ്ങിയ കിഷൻ തുടർന്നു

'രജിസ്റ്റർ പരിശോധിച്ചപ്പോൾ കിട്ടിയ വിവരമാണ് സാർ ഞാൻ പറഞ്ഞത്. പിന്നെ പുതിയ സ്റ്റാഫ് ആയതുകൊണ്ട് എനിക്ക് അവിടെ പരിമിതികളുണ്ട്. അതുമാത്രമല്ല അവർ കോട്ടേജ് വെക്കേറ്റ് ചെയ്തതിനു ശേഷം ഈ നിമിഷം വരെ അവരെ കുറിച്ച് അവിടെ ഒരു സംസാരം പോലും സ്റ്റാഫിന്റെ ഇടയിൽ ഉണ്ടായിട്ടില്ല. ബില്ല് പേ ചെയ്തതായിട്ട് രജിസ്റ്ററിൽ കാണിച്ചിട്ടുമില്ല.'

ഒന്നും പറയാതെ നിശബ്ദനായി റാം പുറത്തേക്കിറങ്ങി. എല്ലാ അന്വേഷണവും ഇവിടെ തീരുകയാണ്. എങ്കിലും അവളെ കുറിച്ച് കണ്ടത് ഒന്നും വിശ്വസിക്കാൻ കഴിയുന്നില്ല. ഒരു പക്ഷേ അവൾ എന്തെങ്കിലും ചതിയിൽ പെട്ടതാണെങ്കിൽ?

തന്നെ കണ്ടപ്പോൾ ഉള്ള ഞെട്ടലും, ആഹ്ലാദവും, വേദനയും, ജീവൻ പിടയും വിധമുള്ള ഏങ്ങലടിച്ചുള്ള കരച്ചിലും ഒടുവിൽ ഒരു ആശ്രയത്തിനെന്നോണം നെഞ്ചിലേക്ക് വീണു പറ്റിച്ചേർന്നതും അയാളുടെ മനസ്സിലേക്ക് ഓടിയെത്തി.

'സർ, ഇനിയും എന്തെങ്കിലും അന്വേഷിക്കണോ? നമുക്ക് ഇത് ഇവിടെ നിർത്തിക്കൂടെ?'

സുധീപിന്റെ വാക്കുകളാണ് റാമിനെ ചിന്തയിൽ നിന്ന് ഉണർത്തിയത്. അയാൾ തിരിഞ്ഞു നോക്കി. സുധീപിന്റെ തൊട്ടടുത്തുതന്നെ പരുങ്ങലോടെ കിഷൻ നിൽക്കുന്നുണ്ട്. ഒരു അവസാന ശ്രമം എന്നപോലെ റാം ചോദിച്ചു.

'ആ പെൺകുട്ടിയെ കാണാൻ ഇടയ്ക്കിടെ ഒരു സ്ത്രീ വരാറുണ്ട് എന്ന് പറഞ്ഞില്ലേ? അവരെ അറിയുമോ?'

'ഇല്ല സാർ. എനിക്ക് പരിചയമില്ല. പക്ഷേ നല്ല പൈസ ഉള്ള വീട്ടിലെ സ്ത്രീയാണെന്ന് ഒറ്റനോട്ടത്തിൽ തന്നെ മനസ്സിലാകും. സ്റ്റാഫുകളിൽ ചിലർക്കൊക്കെ അവരെ പരിചയം ഉണ്ടെന്നു തോന്നുന്നു. അവരെ മാഡം എന്നാണ് വിളിക്കുന്നത് കേട്ടത്. നാളെ എനിക്ക് ഡ്യൂട്ടി ഉണ്ട്. ആ സ്ത്രീയെ കുറിച്ചുള്ള എന്തെങ്കിലും ഡീറ്റെയിൽസ് കിട്ടുമെങ്കിൽ ഞാൻ

വിളിച്ചു പറയാം.'

ഒന്നും പറയാതെ നിരാശയോടെ തലകുനിച്ച് കാറിൽ കയറിയ റാമിനെ അനുചരരും അനുഗമിച്ചു. നീങ്ങി തുടങ്ങിയ കാറിൽ കണ്ണുകളടച്ച് ആലോചനയിൽ മുഴുകി ഇരിക്കുമ്പോൾ കലങ്ങി മറിയുന്ന അയാളുടെ മനസ്സ് മന്ത്രിച്ചു.

'ഒന്നും അന്വേഷിക്കാതെ ഇരിക്കുന്നതായിരുന്നു ഇതിലും ഭേദം. ജീവനോടെ എവിടെയെങ്കിലും ഉണ്ടെന്നു കരുതി ആശ്വസിക്കാമായിരുന്നു.'

******

വീശിയടിക്കുന്ന കാറ്റിൽ മൂക്കിലേക്ക് തുളഞ്ഞു കയറിയ രൂക്ഷ ഗന്ധമാണ് ചിലങ്കയെ ഉറക്കത്തിൽ നിന്ന് ഉണർത്തിയത്. കാർ മെയിൻ റോഡിൽ നിന്നും ഇട റോഡിലേക്ക് പ്രവേശിക്കുകയാണ്. ഒരു പഴയ കെട്ടിടം ആണ് ആദ്യം തന്നെ കണ്ണിൽ പെട്ടത്. അതൊരു വലിയ കരിമ്പിൻ ഫാക്ടറി ആയിരുന്നു. ഫാക്ടറി കഴിയുന്നിടത്ത് റോഡരികിൽ വലിയൊരു ബോർഡ് സ്ഥാപിച്ചിട്ടുണ്ട്. ചിലങ്ക ബോർഡ് വായിച്ചുനോക്കി. ഈ ഗ്രാമത്തിന്റെ പേര് 'താലപ്രോൽ ' എന്നാണെന്നവൾക്ക് മനസ്സിലായി. റോഡിന്റെ ഇരുവശത്തുമായി കരിമ്പും ചോളവും വിളഞ്ഞുകിടക്കുന്ന വലിയ പാടങ്ങൾ.കൃഷിയിടങ്ങളിൽ അവിടെയും ഇവിടെയുമായി കുറച്ചു ജോലിക്കാർ ചുറ്റിപ്പറ്റി നിൽക്കുന്നുണ്ട്. വണ്ടി പാടങ്ങൾ പിന്നിട്ടു ഓടിക്കൊണ്ടേയിരുന്നു. ഇപ്പോൾ ഈന്തപ്പന തോട്ടം ആണ് ഇരുവശങ്ങളിലും. ഉയരമുള്ള ഈന്തപ്പനയുടെ നിഴലുകൾ വീഴ്ത്തിയ ഇരുട്ടിലൂടെ ഇരുപത് മിനിറ്റ് കൂടി സഞ്ചരിച്ച വണ്ടി ഒരു തോട്ടത്തിനുള്ളിലേക്ക് കയറി.

'ഹോ! പകലും രാത്രി പോലെ ആണല്ലോ ഇവിടെ.'

ചെറിയൊരു ഭയത്തോടെ രംഗമ്മ ഡ്രൈവറോട് പിറുപിറുത്തു. യാത്രയിലുടനീളം സംസാരിച്ച് സംസാരിച്ച് അവരിരുവരും നല്ല ചങ്ങാതിമാരായി തീർന്നിരുന്നു. ചിലങ്ക മുഖമുയർത്തി ചുറ്റും നോക്കി.ശരിയാണ്, ചെറുതും വലുതുമായി തഴച്ചുവളരുന്ന ഈന്തപ്പനയുടെ നിഴലുകൾ ആ പ്രദേശത്തെ മുഴുവൻ ഇരുട്ടിൽ ആഴ്ത്തിയിരിക്കുന്നു. തോട്ടം നിറയെ പലയിടങ്ങളിലായി വെള്ളം ഫൗണ്ടേഷൻ പോലെ മുകളിലേക്ക് ചീറ്റുന്നു. തോട്ടം നനയ്ക്കാൻ ഉള്ള സംവിധാനം ആണെന്ന് തോന്നുന്നു. നല്ല പരിചരണം കിട്ടുന്നതിന്റെ ആവാം വന്യമായ ഈ വളർച്ച. ചെളിയിൽ കുതിർന്ന കിടന്ന ഉൾപാതയിലൂടെ കാർ കുറച്ചു ദൂരം കൂടി പതിയെ മുന്നോട്ടേക്ക് നീങ്ങി ഒരു ചെറിയ മതിൽകെട്ടിനുള്ളിലേക്ക് കയറി

ഒരു ഒറ്റനില കെട്ടിടത്തിനു പുറത്തു നിർത്തി. ഒറ്റനോട്ടത്തിൽ അതൊരു ഫാം ഹൗസ് ആണെന്ന് ചിലങ്കക്ക് മനസ്സിലായി.

'ഇനി മുതൽ ഞാൻ ഇവിടെ തന്നെ ഉണ്ടാവണം എന്നാണ് മാഡം പറഞ്ഞത്. അകത്തു പോയി നോക്കി എന്തെങ്കിലും ആവശ്യമുണ്ടെങ്കിൽ ലിസ്റ്റ് തന്നേക്കൂ, ഞാൻ ജംഗ്ഷനിൽ പോകുമ്പോൾ വാങ്ങി വരാം.'

ഡ്രൈവറുടെ സംസാരം കേട്ടു കൊണ്ട് പുറത്തേക്കിറങ്ങിയ രംഗമ്മ ചിലങ്കയുടെ കൈ പിടിച്ച് വീടിനുള്ളിലേക്ക് കയറി.

അതൊരു വൃത്താകൃതിയിലുള്ള മനോഹരമായ പഴയ മാതൃകയിലുള്ള കെട്ടിടമായിരുന്നു. പുറത്തു നിൽക്കുമ്പോഴുള്ള സൂചി കുത്തുന്ന തണുപ്പിന് കുറച്ച് ശമനമുണ്ട് അകത്തു കയറി കഴിഞ്ഞാൽ. ബാഗുകളുമായി അകത്തേക്ക് വന്ന ഡ്രൈവർ രംഗമ്മയോട് പറഞ്ഞു.

'വീടൊക്കെ ഇന്ന് വൃത്തിയാക്കിയതാണ്. അകത്തേക്ക് വരൂ ഞാൻ റൂമുകൾ ഒക്കെ കാണിച്ചു തരാം. ഇന്നത്തേക്ക് ഫുഡ് ഒന്നും ഉണ്ടാക്കേണ്ട, ഞാൻ പുറത്തു നിന്നും വാങ്ങി വരാം.'

'ഇത് ആരുടെ തോട്ടമാണ്?'

'കൃത്യമായി അറിയില്ല. മാഡത്തിന്റെ സുഹൃത്തിന്റെ കയ്യിൽ നിന്നാണ് താക്കോൽ വാങ്ങിയത്. ഒരു പക്ഷേ അദ്ദേഹത്തിന്റേതാവാം, അല്ലെങ്കിൽ മാഡത്തിന്റെ തന്നെയാവാം. ആരുടേതായാലും നമുക്കെന്താ?'

പരസ്പരം സംസാരിച്ചു കൊണ്ട് ബാഗുകളും തൂക്കി അകത്തേക്ക് കയറി പോകുന്ന ഡ്രൈവറെയും രംഗമ്മയേയും ശ്രദ്ധിക്കാതെ ചിലങ്ക പുറത്തേക്ക് നടന്നു.

സന്ധ്യ ആയിട്ടില്ല. പക്ഷേ ചുറ്റോടു ചുറ്റും ഇരുട്ട് കട്ട പിടിച്ചു കഴിഞ്ഞു. ചീവീടുകളുടെ മൂളിച്ചയോടൊപ്പം മറ്റെന്തൊക്കെയോ അപശബ്ദങ്ങൾ. ഫൗണ്ടേഷൻ വെള്ളം ചീറ്റുന്നത് നിർത്തിയെങ്കിലും പനയോലകളിൽ നിന്നും വെള്ളം ഇറ്റിറ്റു വീഴുന്ന ശബ്ദം ഒരു വലിയ മഴ പെയ്തു തോർന്ന പ്രതീതി ജനിപ്പിക്കുന്നു.

'സന്ധ്യാ നേരത്ത് ഇരുട്ടിൽ തനിച്ചിരിക്കരുത് മോളെ! വന്നു കുളിക്കാൻ നോക്കൂ. നല്ല ചൂട് വെള്ളം ഉണ്ട്. കുളി കഴിയുമ്പോഴേക്കും ഭക്ഷണം എത്തും. കഴിച്ചിട്ട് വേഗം കിടക്കാം. മാഡം രാവിലെ എത്താം എന്ന് വിളിച്ചിട്ടുണ്ട്.'

*****

രാവിലെ ഓഫീസിലേക്ക് ഇറങ്ങുകയായിരുന്നു റാം. ബാഗുമായി ആഗമോളും കൂടെ തന്നെയുണ്ട്. കുഞ്ഞിന്റെ ബാഗ് പുറകിലേക്ക് ഇട്ട്, മോളെ

മുൻസീറ്റിൽ ഇരുത്തി ഡോർ അടയ്ക്കുമ്പോളാണ് അകത്തുനിന്ന് ഒരുങ്ങി ഇറങ്ങി വരുന്ന അനസൂയയേ റാം ശ്രദ്ധിച്ചത്.

'താൻ എങ്ങോട്ടാ ഇത്ര രാവിലെ തന്നെ?'

പെട്ടെന്നുള്ള റാമിന്റെ ചോദ്യത്തിൽ പരിഭ്രമിച്ച് പോയ അനസൂയ എന്തോ പറയാനാഞ്ഞതും റാമിന്റെ ഫോൺ റിങ് ചെയ്തു. വിളിച്ചത് കിഷൻ ആണെന്ന് കണ്ടു ഒരു നിമിഷം അയാളുടെ ശ്രദ്ധ ഫോണിലേക്ക് തിരിഞ്ഞതും അവൾ തല ഉയർത്തിപ്പിടിച്ച് കാറിലേക്ക് കടന്നിരുന്നു വണ്ടി സ്റ്റാർട്ട് ചെയ്തു.

'സാർ, ആ സ്ത്രീ എം ഡിയുടെ സഹോദരിയാണ്. അതുകൊണ്ടാണ് ഇവിടെ എല്ലാവരും അവരെ മാഡം എന്നു വിളിച്ചത്. സഹോദരന്റെ അവിഹിതം അവരുടെ കൂടി അറിവോടെ ആയിരിക്കണം ഇവിടെ നടന്നത്.'

കണ്മുന്നിൽ തുറന്നു വന്ന പുതിയൊരു സത്യത്തെ അഭിമുഖീകരിക്കാനാവാതെ അകന്നുപോകുന്ന അനസൂയയുടെ കാറിനെ നോക്കി ഒരു വിഡ്ഢിയെ പോലെ റാം പകച്ചുനിന്നു.ഇങ്ങനെയൊരു സാധ്യത അയാളുടെ മനസ്സിൽ എവിടെയും ഉണ്ടായിരുന്നില്ല.

എങ്ങനെയാണ് ഇതിന്റെ നേരൊന്നറിയുക, എന്നാലോചിച്ചു കൊണ്ട് വേവുന്ന മനസ്സോടെ അയാൾ വണ്ടിയിലേക്ക് കടന്നിരുന്നു.

അധ്യായം 19

'ഇനി കുറച്ചു ദിവസങ്ങൾ കൂടി കഴിഞ്ഞാൽ നമുക്ക് ഹൈദരാബാദിലേക്ക് പോകാം. തന്നെ ഉപദ്രവിക്കാൻ ആരൊക്കെയോ വന്ന സ്ഥിതിക്ക് ഇവിടെ തന്നെയാണ് സേഫ്.'

അനസൂയയുടെ സംസാരം കേട്ടു കൊണ്ട് ചിലങ്ക നിശബ്ദയായി തല കുനിച്ചിരുന്നു.

വയറു വലുതായി വരുന്നതനുസരിച്ച് അവൾ നന്നേ ക്ഷീണിതയാവുകയാണെന്ന് അനസൂയ ഒരു ഗൂഢസംതൃപ്തിയോടെ മനസ്സിലാക്കി. ഇന്നത്തെ ചെക്കപ്പിൽ ഡോക്ടറും അതുതന്നെയാണ് സൂചിപ്പിച്ചത്. അവരുടെ നോട്ടത്തിന്റെ അർത്ഥം തിരിച്ചറിഞ്ഞെന്നോണം രംഗമ്മ പരാതി പോലെ പറഞ്ഞു തുടങ്ങി.

'കുട്ടിക്ക് നല്ല ക്ഷീണമാണ്. ചർദ്ദി ഒക്കെ മാറിയെങ്കിലും ഭക്ഷണം ഒന്നും കഴിക്കുന്നില്ല. സദാസമയവും ഒരേ കിടപ്പാണ്. ചിലപ്പോൾ ഒറ്റക്കിരുന്നു കരയുന്നത് കാണാം. ചോദിച്ചാൽ ഒന്നും പറയില്ല. എന്താ ചെയ്യുക ഞാൻ?'

'രണ്ടു കുട്ടികൾ ഉള്ളതല്ലേ ഉള്ളിൽ! അപ്പോൾ അതിന്റേതായ ബുദ്ധിമുട്ടുകളും ഉണ്ടാവുമെന്നല്ലേ ഡോക്ടർ പറഞ്ഞത്. അതൊന്നും സാരമില്ല. എന്തെങ്കിലും ബുദ്ധിമുട്ടുണ്ടെങ്കിൽ മാത്രം ഇനി ഹോസ്പിറ്റലിൽ പോയാൽ മതി.'

ഒഴിഞ്ഞ ചായക്കപ്പുമെടുത്തു അകത്തേക്ക് പോകുന്ന രംഗമ്മയെ ശ്രദ്ധിച്ചുകൊണ്ട് മുന്നോട്ടാഞ്ഞ് അനസൂയ മന്ത്രിക്കുന്നത് പോലെ ചിലങ്കയോട് പറഞ്ഞു.

'ഇനിയൊരു മൂന്നുമാസം കൂടി. പിന്നെ നീ സ്വതന്ത്രയാണ്. പറഞ്ഞ പൈസയും ഹൈദരാബാദ് ഹോസ്പിറ്റലിൽ നിന്ന് നിനക്ക് എങ്ങോട്ടാണോ പോകേണ്ടത് അങ്ങോട്ടേക്കുള്ള ഫ്ലൈറ്റ് ടിക്കറ്റും ഞാൻ തരും. പോകാൻ ഒരു സ്ഥലം ഇപ്പോൾ തന്നെ ആലോചിച്ചു തുടങ്ങിക്കോളൂ. അങ്ങനെ ഒരിടം ഉണ്ടെങ്കിൽ!'

ചിലങ്കയുടെ ഉള്ളിൽ ഒരു മിന്നൽ പുളഞ്ഞു.

തൊട്ടരികിൽ ഉള്ള അനസൂയയുടെ കണ്ണുകളിലെ വെറുപ്പ് അവൾക്ക് മനസ്സിലാകുന്നുണ്ടായിരുന്നു. അറിയാതെ അവൾ തന്റെ ഉദരത്തിൽ കൈ വെച്ചു. പിന്നെ പതുക്കെ ഭയത്തോടെ അറച്ചറച്ച് കൊണ്ട് അനസൂയ യോട് പറഞ്ഞു.

'ഒരു കുഞ്ഞിനെ എനിക്കു തന്നേക്കുമോ? ഞാൻ... ഞാൻ... എങ്ങോ ട്ടെങ്കിലും പൊയ്ക്കോളാം, ആരുമില്ല എനിക്ക്! അച്ഛനോ അമ്മയോ സഹോദരങ്ങളോ ആരും.'

കുറച്ചു നിമിഷത്തെ നിശബ്ദതയ്ക്കു ശേഷം അനസൂയ എഴുന്നേറ്റ് ചിലങ്ക ഇരുന്ന സോഫയുടെ കൈകളിൽ പിടിച്ച് നിറഞ്ഞു വരുന്ന ആ വലിയ കണ്ണുകളിലേക്കു നോക്കി പുച്ഛത്തോടെ ചിരിച്ചു കൊണ്ട് തുടർന്നു.

'എഗ്രിമെന്റ് അങ്ങനെയല്ലല്ലോ? അല്ലെങ്കിൽ തന്നെ റാം അസോസി യേറ്റ്സിന്റെ അനന്തരാവകാശി ഒരു അനാഥ പെണ്ണിന്റേതാവുന്നതെ ങ്ങനെ?

പണിയെടുത്തതിന്റെ കൂലി കൃത്യമായി കിട്ടുന്നുണ്ടോ എന്നു മാത്രം നോക്കിയാൽ മതി. അതിനുള്ള അവകാശമേ നിനക്കുള്ളൂ. അതിനുള്ള തുമാത്രം.'

പുറത്തേക്കിറങ്ങാൻ തുനിഞ്ഞ അനസൂയ എല്ലാം കണ്ടും കേട്ടും നിശബ്ദയായി ചുമരും ചാരി നിൽക്കുന്ന രംഗമ്മയെ കണ്ടു ഒന്നു പകച്ച ശേഷം, തിരിഞ്ഞു ചിലങ്കയോട് തുടർന്നു.

'പണം വേണമെങ്കിൽ ഇപ്പോൾ തന്നെ അക്കൗണ്ടിൽ ഇടാൻ ഉള്ള ഏർപ്പാട് ഉണ്ടാക്കാം. ഉള്ളിലുള്ളത് ഇരട്ടകൾ അല്ലേ! പ്രസവത്തിൽ അമ്മയ്ക്ക് എന്തെങ്കിലും സംഭവിച്ചു പോകുന്നതും സാധാരണമാണല്ലോ. അങ്ങനെ എന്തെങ്കിലും ഉണ്ടായാൽ പൈസ പറ്റിച്ചു, എന്നുപറഞ്ഞ് നാളെ ഒരാൾ എന്നെ കാണാൻ വരാൻ ഇടയാകരുത്.'

പിറകിൽ കേൾക്കുന്ന വിങ്ങി കരച്ചിലിനെ തീർത്തും അവഗണിച്ചു കൊണ്ട് പതിവു മന്ദഹാസത്തോടെ അവർ വണ്ടിയിൽ കയറി ഓടിച്ചു പോകുന്നതും നോക്കി രംഗമ്മ ചുവരിൽ ചാരി നിന്നു.

'എന്തൊരു വൃത്തികെട്ട സ്ത്രീയാണവർ. ഒരു മനസാക്ഷി ഇല്ലാത്ത സംസാരം. ഒന്നുമല്ലേലും ഒരു വയറ്റ് കണ്ണി ആണെന്നെങ്കിലും ചിന്തി ക്കണ്ടേ!'

പിറുപിറുത്തുകൊണ്ട് ചിലങ്കയുടെ അരികിലെത്തി അവളുടെ മുടി യിൽ തഴുകി കൊണ്ട് അവർ മൃദുവായി ചോദിച്ചു.

'മോൾക്ക് ആരുമില്ലേ? അകന്ന ബന്ധത്തിലുള്ള ആരെങ്കിലും ഉണ്ടാ

വില്ലേ നാട്ടിൽ? അഡ്രസ്സ് അറിയുമെങ്കിൽ പറയൂ! ഞാൻ എന്റെ ഭർത്താവിനെ വിട്ട് അന്വേഷിപ്പിക്കാം. പണത്തിനു വേണ്ടി മാത്രം ജീവിക്കുന്നവരിൽ നിന്നും മനസ്സലിവ് പ്രതീക്ഷിക്കരുത്.'

കുനിഞ്ഞിരുന്ന് വിതുമ്പി കൊണ്ടിരുന്ന ചിലങ്ക പെട്ടെന്ന് മുഖമുയർത്തി രംഗമ്മയുടെ അരയിലൂടെ കൈ ചുറ്റിപ്പിടിച്ച് അവരുടെ വയറിൽ മുഖം ചേർത്തു, പൊട്ടിക്കരഞ്ഞു കൊണ്ട് പറഞ്ഞു.

'എനിക്ക് ആരുമില്ല ചേച്ചി... ആരും!'

ഒന്നും പറയാൻ കഴിയാതെ ചിലങ്കയുടെ മുടിയിൽ തലോടിക്കൊണ്ട് നിറകണ്ണുകളോടെ ആ സ്ത്രീ നിശബ്ദയായി നിന്നു.

'ഇവിടെ എവിടെയോ ആണ് സാർ അവരുടെ വീട്. സീതാറാം പുരം എന്നാണ് അയാൾ പറഞ്ഞത്. ഞാനൊന്ന് അന്വേഷിക്കട്ടെ.'

പുറത്തേക്കിറങ്ങി പോകുന്ന സുധീപിനെ നോക്കി റാം കാറിന്റെ സീറ്റിലേക്ക് ഒന്ന് ചാഞ്ഞു കിടന്നു. ചോള പാടത്തിലെ കർഷകരുമായി അവൻ സംസാരിക്കുന്നത് റാമിന് കാണാമായിരുന്നു. കുറച്ചു സമയത്തിനു ശേഷം തിരിച്ചുവന്നു കാറിൽ കയറി വണ്ടി മുന്നോട്ട് എടുത്തു കൊണ്ടവൻ പറഞ്ഞു.

'ആ സ്ത്രീ മലയാളി ആയതുകൊണ്ട് പറഞ്ഞപ്പോൾ തന്നെ അവർക്ക് ആളെ മനസ്സിലായി. ഈ തെരുവിന്റെ അങ്ങേയറ്റം മൂന്നാമത്തെ വീട് എന്നാണ് പറഞ്ഞത്.'

ചെറിയ ഒരു വീടായിരുന്നു അത്. തീപ്പെട്ടി കൂട് പോലെ ചതുരത്തിലുള്ള ഒരു വീട്.

മൺറോഡിൽ വന്നു നിർത്തിയ ആ വലിയ ആഡംബര കാർ കണ്ടപ്പോൾ തന്നെ വീടിനുള്ളിൽ നിന്നും ഒരു മധ്യവയസ്കൻ പുറത്തേക്കിറങ്ങി വരുന്നുണ്ടായിരുന്നു.

കാറിൽനിന്നിറങ്ങി തന്റെ നേർക്കു നടന്നുവരുന്ന ഉയരമുള്ള സ്യൂട്ട് ധരിച്ച ഒരു മനുഷ്യനെ കണ്ടതോടെ അയാൾ പരുങ്ങലോടെ അവിടെ തന്നെ നിന്നു.

'ഇതല്ലേ രംഗമ്മയുടെ വീട്?'

'അതെ സാറേ, അവൾ ഇവിടെ ഇല്ല പണിക്ക് പോയതാണ്.'

'സാരമില്ല, ഞങ്ങൾ വന്നു കണ്ടിട്ടേ പോകുന്നുള്ളൂ!'

ഒന്നും മനസ്സിലാവാതെ അവർ ഇരുവരെയും മാറി മാറി നോക്കിക്കൊണ്ട് അയാൾ പറഞ്ഞു.

'ഇനി എപ്പോളാ വരിക എന്നറിയില്ല സാറേ. അടുത്ത മാസം എന്നെ

ഡോക്ടറെ കാണിക്കാൻ പോകാനേ ഇനി വരികയുള്ളൂ എന്നാണ് പറഞ്ഞത്.'

റാം അയാളെ തന്നെ ഒന്ന് നോക്കി. കാൽപ്പാദങ്ങളിലും മുഖത്തും നല്ല നീരുണ്ട്.

'എന്താ നിങ്ങൾക്ക് അസുഖം?'

'കിഡ്നി രണ്ടും പോയതാണ് സാറേ. വിജയവാഡ പോയി ഡയാലിസ് ചെയ്യുകയാണ് ഇപ്പോൾ. അത് ഞാൻ തനിച്ചാണ് പോകാറ്. ഓപ്പറേഷന്റെ കാര്യം പറയേണ്ടത് കൊണ്ട് അടുത്ത പ്രാവശ്യം അവളും വരാമെന്ന് പറഞ്ഞിട്ടുണ്ട്. എന്താ സാറേ കാര്യം?'

സുധീപ് പെട്ടെന്ന് പോക്കറ്റിൽ കയ്യിട്ടു ഒരുപിടി നോട്ടുകൾ വാരിയെടുത്തു അയാളുടെ കയ്യിൽ ചുരുട്ടി പിടിപ്പിച്ചു കൊണ്ട് പറഞ്ഞു.

'ചേച്ചിയെ ഒരു ജോലിക്ക് വിളിക്കാൻ വേണ്ടി വന്നതായിരുന്നു. നല്ല ശമ്പളമുണ്ട്.'

'എത്ര ശമ്പളം ഉണ്ടെങ്കിലും ആ പെങ്കൊച്ചിന്റെ പ്രസവം കഴിഞ്ഞെ അവൾ വരൂ സാറേ. എന്റെ ഓപ്പറേഷന്റെ പണം തരാമെന്ന് ആ മാഡം പറഞ്ഞത് കൊണ്ടാണ് അവൾ റിസോർട്ടിലെ പണി നിർത്തി ഈ പെങ്കൊച്ചിനെ നോക്കാൻ പോയത്.'

'അതെന്താ ആ പെൺകൊച്ചിന് ആരുമില്ലേ നോക്കാൻ?'

വർദ്ധിച്ചുവരുന്ന ഹൃദയമിടിപ്പിനെ നിയന്ത്രിച്ചുകൊണ്ട് യാതൊരു ഭാവഭേദവും ഇല്ലാതെ റാം ചോദിച്ചു.

'ഇല്ലെന്ന സാറേ കേട്ടത്. പിന്നെ അതു മാത്രമല്ല, ആ കൊച്ചിനെ ആരോ കൂലിക്കെടുത്തു ഇഞ്ചക്ഷൻ വെച്ച് ഉണ്ടാക്കിയ ഗർഭം ആണത്രേ! അതും പോരാഞ്ഞ് ഇരട്ടക്കുട്ടികളും, നല്ല ശ്രദ്ധ വേണം. പ്രസവം കഴിഞ്ഞ് കൊച്ചുങ്ങളെയും കൊണ്ട് മാഡം പോകുമ്പോൾ ഞങ്ങളുടെ കാശ് തന്നു തീർക്കും എന്നാണ് പറഞ്ഞത്. അപ്പോഴേക്കും ഓപ്പറേഷനു തീയതി ഉറപ്പിച്ചോളാൻ പറഞ്ഞിട്ടുണ്ട്.'

ചെവിയിലേക്ക് രക്തം ഇരച്ചുകയറി റാമിന് പിന്നീടയാൾ പറഞ്ഞതൊന്നും കേൾക്കാൻ കഴിഞ്ഞില്ല. സുധീപ് വന്നു തോളിൽ തട്ടി വിളിച്ചപ്പോഴാണ് അയാൾക്ക് സ്ഥലകാലബോധം വന്നത്. വിയർത്തൊഴുകിയ മുഖത്തോടെ പതറി പതറിയുള്ള അയാളുടെ നോട്ടം കണ്ടതോടെ സുധീപിന് കാര്യത്തിന്റെ ഗൗരവം മനസ്സിലായി.

' സാർ വണ്ടിയിൽ പോയി ഇരിക്ക്, ഞാൻ ഇദ്ദേഹത്തോട് ബാക്കി കാര്യങ്ങൾ സംസാരിച്ചു വരാം.'

കാറിൽ കയറി സ്റ്റിയറിങ്ങിൽ തലചായ്ച്ച് ഇരിക്കുമ്പോൾ ഈ നടക്കു

ന്നതൊക്കെ ഒരു സ്വപ്നമാണെന്ന് റാമിന് തോന്നി. ഹൈദരാബാദിലെ ഹോസ്പിറ്റലിൽ തന്റെ കുഞ്ഞിനെ ഗർഭം ധരിച്ചിരിക്കുന്ന സറോഗേറ്റ് മദറിനെ എഗ്രിമെന്റ് പ്രകാരം നേരിട്ട് കാണാൻ പാടില്ലെന്ന അനസൂയ യുടെ വാദം താൻ ഇതുവരെ ശ്രദ്ധിച്ചിട്ടില്ല, കാരണം മനസ്സുനിറയെ ചിലങ്ക ആയിരുന്നതുകൊണ്ട് ആ ഗർഭമോ അതിന്റെ വളർച്ചയോ ഇതുവരെ തന്നെ ബാധിച്ചിട്ടില്ല. അനസൂയയുടെ വാശി ജയിക്കാൻ കൂട്ടു നിന്നു എന്നതൊഴിച്ചാൽ അതിനെപ്പറ്റി അന്വേഷിച്ചിട്ടില്ല.

പക്ഷേ ഇപ്പോൾ. തന്റെ രക്തത്തിൽ പിറന്ന ഒന്നല്ല, രണ്ടു കുഞ്ഞു ങ്ങളാണ് പ്രാണനായവളുടെ ഗർഭപാത്രത്തിൽ തന്നെ വളരുന്നത്. ഇതി ന്റെയൊക്കെ പുറകിൽ അനസൂയ ആണെങ്കിൽ, അവൾ എല്ലാം അറി ഞ്ഞിട്ടുണ്ട് എന്ന് വ്യക്തം. പക്ഷേ അറിഞ്ഞു കൊണ്ട് എന്തിനവൾ ചിലങ്ക യെ തന്നെ തിരഞ്ഞെടുത്തു? എന്തിനുവേണ്ടി ചിലങ്ക അതിനു സമ്മതി ച്ചു? ഒരു വാക്ക് തന്നോട് പോലും പറയാതെ! അവൾക്ക് പണത്തിന് അത്യാവശ്യം ഉണ്ടെങ്കിൽ എത്രവേണമെങ്കിലും നൽകാൻ താൻ സന്നദ്ധ നാണെന്ന് അവൾക്കറിയാമല്ലോ.

അയാൾക്ക് സങ്കടവും അമർഷവും അടക്കാൻ കഴിയുന്നുണ്ടായിരു ന്നില്ല.

'സാർ ഞാൻ ഡ്രൈവ് ചെയ്യാം. അവരുടെ താമസസ്ഥലം കിട്ടിയി ട്ടുണ്ട്.'

കണ്ണുകളടച്ച് സീറ്റിലേക്ക് ചാരിയിരിക്കുന്ന റാമിനെ ശ്രദ്ധിച്ചുകൊണ്ട് ഡ്രൈവ് ചെയ്യുന്നതിനിടയിൽ സുധീപ് അയാളോട് ചോദിച്ചു.

'ആ പെൺകുട്ടി ഇപ്പോൾ ഒരു സറോഗേറ്റ് മദർ ആണ്. പണത്തിനു വേണ്ടി ആവാം. എങ്കിലും ഇനിയും സാർ അവളെ അന്വേഷിച്ചു പോകു ന്നത് ഉചിതമാണോ? ആരുടെയോ കുഞ്ഞുങ്ങളെ വയറ്റിൽ പേറുന്ന ഒരു സ്ത്രീയാണ് അവരിപ്പോൾ.'

ഒറ്റ നിമിഷം കൊണ്ട് റാം മുന്നോട്ടാഞ്ഞ് സുധീപിനോട് അട്ടഹസിച്ചു കൊണ്ടു പറഞ്ഞു.

'സ്റ്റോപ്പ് ഇറ്റ്! അവളുടെ വയറ്റിൽ ഉള്ളത് ആരുടെയോ കുഞ്ഞു ങ്ങളല്ല. എന്റെ കുഞ്ഞുങ്ങളാണ്... എന്റെ മാത്രം...!'

അറിയാതെ സുധീപിന്റെ കാലുകൾ ഒരു നിമിഷം ബ്രേക്കിലമർന്നു പോയി. കേട്ട വാർത്തയുടെ ഞെട്ടലിൽ നിന്നും അയാൾ മുക്തനാവും മുൻപേ പുറകിലുള്ള വണ്ടികൾ തുടരെത്തുടരെ ഫോൺ മുഴക്കുന്നു ണ്ടായിരുന്നു.

നേരം സന്ധ്യയാവാറായിട്ടുണ്ടായിരുന്നു.

വൈകുന്നേരത്തെ കുളി കഴിഞ്ഞ് മുടി കുളി പിന്നൽ കെട്ടി വിടർത്തിയിട്ട്, കാപ്പിപ്പൊടി കളറിലുള്ള ഒരു അയഞ്ഞ കോട്ടൺ നൈറ്റി ധരിച്ച് സിമന്റ് പാകിയ നടപ്പാതയിലൂടെ ചിലങ്ക പതുക്കെ നടക്കുകയായിരുന്നു. കണ്ണ് തട്ടാതിരിക്കാൻ കണ്ണിൽ നിറയെ മഷി എഴുതിച്ച് നെറ്റിയിൽ ഭസ്മം തൊട്ടു കൊടുത്തിട്ടുണ്ട് രംഗമ്മ. വയറിൽ കൈവെച്ചു കൊണ്ട് പതുക്കെ നടക്കുന്ന അവൾക്കു മുന്നിലേക്ക് റാമിന്റെ കാർ ഇരച്ചു കയറി വന്നു നിന്നു. കാറിൽ നിന്നിറങ്ങുന്ന റാമിനെ കണ്ട അവൾ ഒരു ഞെട്ടലോടെ അവിടെത്തന്നെ തറഞ്ഞു നിന്നു പോയി. എന്താണ് സംഭവിക്കുന്നത് എന്ന് തിരിച്ചറിയുന്നതിനു മുൻപ് തന്നെ ഒരു കാറ്റു പോലെ വന്നു റാമിന്റെ കൈകൾ അവളെ പൊതിഞ്ഞു കഴിഞ്ഞിരുന്നു. കിടുങ്ങുന്ന ശരീരത്തോടെ ഒന്നും പറയാൻ കഴിയാതെ അവന്റെ കരവലയത്തിൽ നിന്നും വഴുതിമാറി പുറകിലേക്ക് നീങ്ങാൻ ശ്രമിച്ച ചിലങ്കയുടെ മുന്നിൽ മുട്ടുകുത്തി കൊണ്ട് അവളെ അരയിലൂടെ ചുറ്റിപ്പിടിച്ച് വീർത്തുന്തിയ ഉദരത്തിൽ മൃദുവായി ചുംബിച്ചു കൊണ്ട് അവൻ മന്ത്രിക്കുന്നത് അവൾ വ്യക്തമായി കേട്ടു.

'എന്റെ കുഞ്ഞുങ്ങൾ...'

ചിലങ്കക്ക് ദേഹം മൊത്തം കിടുകിടുത്തു.

താൻ ഇപ്പോൾ തളർന്നു വീഴുമെന്ന് അവൾക്ക് തോന്നി. വയറിനുള്ളിൽ നിന്നും തന്റെ കുഞ്ഞുങ്ങളുടെ പിടച്ചിലും കുതിപ്പും അവൾക്കറിയാൻ കഴിയുന്നുണ്ടായിരുന്നു. അവരുടെ അച്ഛന്റെ സ്പർശനം അവർ തിരിച്ചറിഞ്ഞതാവാം. മുഖത്ത് മൃദുവായ ചലനമറിഞ്ഞ റാം അതിശയത്തോടെ മുഖമുയർത്തി ചിലങ്കയെ നോക്കി. വിങ്ങിപ്പൊട്ടുന്ന അവളുടെ കണ്ണുകളിലേക്ക് നോക്കി കൊണ്ട് ഇതുവരെ അറിയാത്ത ഒരു അനുഭൂതിയോടെ, നിറകണ്ണുകളോടെ, അയാൾ അവളുടെ വയറിലേക്ക് മുഖം വീണ്ടും അമർത്തി വെച്ചുകൊണ്ട് മന്ത്രിച്ചു.

'എന്റെ കുഞ്ഞുങ്ങൾ...'

അധ്യായം 20

ചുറ്റും ഇരുട്ടിന് കടുപ്പം കൂടി വന്നു. ആ ഇരുണ്ട നടപ്പാതയിൽ വെറും നിലത്ത് ചിലങ്കയെയും നെഞ്ചോട് അമർത്തിയിരിക്കുന്ന റാമിനെ ഇതിനോടകം തന്നെ മൂന്നുനാലു പ്രാവശ്യം രംഗമ്മ വന്നു നോക്കി തിരിച്ചുപോയി. അവർക്ക് എന്താണ് ചെയ്യേണ്ടതെന്ന് മനസ്സിലാകുന്നുണ്ടായിരുന്നില്ല. വിതുമ്പി കരഞ്ഞുകൊണ്ടുള്ള ചിലങ്കയുടെ സംസാരം കേൾക്കുമ്പോൾ തന്നെ അറിയാം അവൾക്ക് അയാൾ എത്രമേൽ പ്രിയപ്പെട്ടവനാണെന്ന്. അവളോട് എന്തൊക്കെയോ ശബ്ദം താഴ്ത്തി സംസാരിക്കുന്നതിനോടൊപ്പം തന്നെ അയാൾ ഇടയ്ക്കിടെ അവളുടെ നെറുകയിൽ മൃദുവായി ചുംബിക്കുന്നുണ്ട്.

ഭവാനി ഐലൻഡിലെ റിസോർട്ടിൽ വെച്ച് അന്ന് ബഹളം വെച്ച ആളാണ് ഇതെന്ന് ഒറ്റനോട്ടത്തിൽ തന്നെ രംഗമ്മ തിരിച്ചറിഞ്ഞിരുന്നു. ഒരുപക്ഷേ അയാളുടെതാണോ ചിലങ്കയുടെ വയറ്റിൽ വളരുന്ന കുഞ്ഞുങ്ങൾ? അങ്ങനെയെങ്കിൽ അതെങ്ങനെ അനസൂയ മാഡത്തിന്റേതാവും?

ആലോചനയിൽ മുഴുകി വേവ് പിടിച്ചു നടക്കുന്ന രംഗമ്മയുടെ മുന്നിലേക്ക് ചിലങ്കയേയും താങ്ങിപ്പിടിച്ചുകൊണ്ട് റാം വന്നുനിന്നത് അവർ ശ്രദ്ധിച്ചില്ല.

'അക്കാ, എന്നെ പരിചയം ഉണ്ടാവില്ല. ഞാൻ റാം അസോസിയേറ്റ്സിന്റെ എംഡി ആണ്. അതിനേക്കാൾ ഉപരി ചിലങ്കയുടെ വയറ്റിൽ കിടക്കുന്ന കുഞ്ഞുങ്ങളുടെ അച്ഛൻ.'

തികട്ടിവരുന്ന ഒരായിരം ചോദ്യങ്ങളുമായി രംഗമ്മ നിശബ്ദയായി ചിലങ്കയെ ശ്രദ്ധിച്ചു.

സന്തോഷാധിക്യത്താൽ കവിളും മൂക്കിൻ തുമ്പും ചുവന്നുതുടുത്തിരിക്കുന്നു. കണ്ണിൽ ഇപ്പോഴും കണ്ണീർത്തുള്ളികൾ തുളുമ്പാൻ വെമ്പി നിൽക്കുന്നുണ്ട്. റാം അവളെ ചേർത്തു നിർത്തുമ്പോൾ ഇതുവരെ കാണാത്ത ഒരു ലജ്ജയും സ്നേഹാധിക്യവും അവനോടുള്ള ഓരോ നോട്ടത്തിലും പ്രതിഫലിക്കുന്നു.

'സാർ... എന്താണിവിടെ? മാഡം രണ്ടുദിവസം കൊണ്ട് ഹോസ്പിറ്റലിൽ പോകാൻ വരാമെന്ന് പറഞ്ഞിട്ടുണ്ട്.'

അങ്ങോട്ടേക്ക് കയറിവന്ന ഡ്രൈവറുടെ സംസാരത്തിൽ നിന്ന് തന്നെ രംഗമ്മയുടെ നടുക്കം പൂർണമായി. അവർ ഭയപ്പെട്ടത് പോലെ തന്നെയാണ് കാര്യങ്ങൾ നടക്കുന്നതെന്ന് അവർക്ക് ഊഹിക്കാൻ കഴിഞ്ഞു. വിളറി വെളുത്തു നിൽക്കുന്ന രംഗമ്മയെ ദയനീയമായി നോക്കി ചിലങ്ക തെറ്റ് ചെയ്ത ഒരു കുട്ടിയെ പോലെ നിശബ്ദയായി തലകുനിച്ചു നിന്നു.

റാമിന്റെ പി എ സുദീപ് മുന്നോട്ടേക്ക് വന്ന് ഡ്രൈവറുടെ ചുമലിൽ കൈയിട്ട് എന്തോ സംസാരിച്ചുകൊണ്ട് രണ്ടുപേരും കൂടി പുറത്തേക്ക് നടക്കുന്നത് രംഗമ്മ കണ്ടു.

സമയം അർദ്ധരാത്രിയോടടുക്കുന്നു.

അനസൂയക്ക് ഉറക്കം വരുന്നുണ്ടായിരുന്നില്ല. അവർ ആലോചനയോടെ ബെഡിൽ തിരിഞ്ഞും മറിഞ്ഞും കിടന്നു. കുറെ സമയത്തെ ആലോചനക്കുശേഷം അവർ എഴുന്നേറ്റ് ബാൽക്കണിയിലേക്ക് നടന്നു താഴേക്ക് നോക്കി. റാം ഇനിയും എത്തിയിട്ടില്ല. വന്നിട്ടുണ്ടെങ്കിൽ വണ്ടി കാണേണ്ടതാണ്.

വിളിച്ചുപറയുന്ന പതിവും നിലച്ചിട്ട് കുറച്ചു നാളുകളായി. ജീവിത പങ്കാളികൾ എന്ന ലോകത്ത് നിന്നും തങ്ങൾ രണ്ടുപേരും ഒരുപാട് അകന്നു പോയിരിക്കുന്നു.

'നീ എന്താ നോക്കുന്നത്?'

പിറകിൽ അച്ഛന്റെ സ്വരം കേട്ടാണ് അനസൂയ ഞെട്ടിത്തിരിഞ്ഞത്.

'ഒന്നുമില്ല റാം വന്നിട്ടുണ്ടോ എന്ന് നോക്കിയതാണ്.'

'അയാൾ ഇന്ന് ആദ്യമായിട്ടല്ലല്ലോ വരാതിരിക്കുന്നത്! എന്തെങ്കിലും ബിസിനസ് യാത്രകൾ ഉണ്ടായിരിക്കും. നീ വിളിച്ചില്ലേ?'

അനസൂയ നിശബ്ദയായി പുറത്തെ കട്ടപിടിച്ച ഇരുട്ടിലേക്ക് നോക്കി കൈ കെട്ടി നിന്നു. ചെയ്തതെല്ലാം വെറുതെ ആവുകയാണോ എന്നൊരു അകാരണമായ ഭയം അവളുടെ മനസ്സിനെ മഥിക്കുന്നുണ്ടായിരുന്നു.

'മറ്റൊന്നും നീ ഇപ്പോൾ ആലോചിക്കേണ്ട! നമ്മുടെ അഞ്ചു തലമുറകൾ കഷ്ടപ്പെട്ടുണ്ടാക്കിയ ആസ്തി വകകളാണ് ഇപ്പോൾ അവന്റെ പേരിൽ മാത്രമായി ഒതുങ്ങി കിടക്കുന്നത്. എവിടെനിന്നോ വന്നു കയറിയ ഒരു മലയാളിയല്ല അതു മൊത്തം ഭരിക്കേണ്ടത്. അതിന് എനിക്ക് രണ്ടു മക്കളുണ്ട്. തകർന്നടിയുമ്പോൾ ഒരു കൈ തന്നു എന്നത് ശരി തന്നെ, പക്ഷേ അതിന്റെ പേരിൽ സർവ്വവും അടിയറവ് വെച്ചു മാറി നിൽക്കാൻ മാത്രം വിഡ്ഢികളല്ല നമ്മൾ എന്ന് അവൻ തിരിച്ചറിയണം.'

അനസൂയ തിരിഞ്ഞു നിന്ന് അച്ഛനെ നോക്കി. ആ അരണ്ട വെളിച്ച

ത്തിലും അയാളുടെ കണ്ണുകളിലെ പക തെളിഞ്ഞു നിന്നു.

'അച്ഛൻ വിഷമിക്കേണ്ട. എല്ലാം നമ്മൾ വിചാരിച്ചത് പോലെ തന്നെ വരും. ഇനി ഒരിക്കൽപോലും അച്ഛനോ ഏട്ടനോ അയാളുടെ മുന്നിൽ പോയി കണക്ക് ബോധിപ്പിക്കേണ്ടി വരില്ല. രണ്ടിലൊരു കുഞ്ഞു പെണ്ണാ യാൽ മതി. സർവ്വസ്വത്തുക്കളും നാളെ വിവാഹിതരാവാൻ പോകുന്ന എന്റെയും ഏട്ടന്റെയും മക്കളുടെ പേരിൽ ഒരു ട്രസ്റ്റ് ഉണ്ടാക്കി അങ്ങോ ട്ടേക്ക് മാറ്റുവാനുള്ള പദ്ധതികൾ ഞാൻ തയ്യാറാക്കിയിട്ടുണ്ട്.

റാമിനോടും ഞാൻ സൂചിപ്പിച്ചിട്ടുണ്ട്. അയാൾക്കും എതിരഭിപ്രായം ഒന്നുമില്ല. ഇത്രയും ക്ഷമിച്ചില്ലേ! നമുക്ക് കുറച്ചുകൂടി ക്ഷമിക്കാം.'

അഭിമാനത്തോടെ തന്നെ ചേർത്തുപിടിച്ചു ചുമലിൽ തട്ടുന്ന അച്ഛ ന്റെ കണ്ണുകളിലെ സന്തോഷം അനസൂയയ്ക്ക് കാണാമായിരുന്നു. മനസ്സിൽ ഉയർന്നുവരുന്ന എന്തൊക്കെയോ പേരറിയാത്ത ആധികളെ മറന്നു കളയാൻ ശ്രമിച്ചുകൊണ്ട് അവർ തിരികെ കിടപ്പു മുറിയിലേക്ക് നടന്നു.

തണുത്ത രാത്രിയുടെ മുഴുവൻ കുളിരും തങ്ങളിലേക്ക് ആവാഹിച്ചു കൊണ്ട് പുറത്തു പെയ്യുന്ന നനത്ത മഴയുടെ തണുപ്പിൽ റാമിന്റെ കൈകൾക്കുള്ളിൽ അവന്റെ നെഞ്ചിലെ ചുരുണ്ട രോമത്തിൽ മുഖം ചേർ ത്ത്, ചെവിയിലും കണ്ണിലും നെറ്റിയിലും കൺപോളകളിലും അമരുന്ന അവന്റെ മൃദുവായ ചുംബനങ്ങളുടെ ചൂടേറ്റ് കിടക്കുമ്പോൾ ഈ ഒരു നിമിഷത്തിനു വേണ്ടിയാണ് ഇത്രയും വേദനകളും അവഗണനയും സഹി ച്ചു താൻ ജീവിച്ചതെന്നു ചിലങ്കക്ക് തോന്നി.

കഴിഞ്ഞ കുറച്ചു മാസങ്ങളായി അവൾ അനുഭവിച്ച വേദനയും അപ മാനവും ഓർക്കും തോറും റാമിൽ കുറ്റബോധം നിറഞ്ഞു. തന്നിലേക്ക് ഒന്നുകൂടി പറ്റിച്ചേരുന്ന അവളുടെ വയറ്റിലെ ജീവന്റെ തുടിപ്പുകൾ അയാ ളെ ചിന്തയിൽ നിന്നുണർത്തി. കൈ ഉയർത്തി വീർത്ത വയറിൽ മൃദു വായി തഴുകികൊണ്ട് അയാൾ അവളോട് ചോദിച്ചു.

'ഇനി ചോദിക്കുന്നതിന് അർത്ഥമില്ലെന്നറിയാം എങ്കിലും, ഇങ്ങനെ യൊരു വിധി വന്നതിൽ എന്നോട് വെറുപ്പ് തോന്നുന്നുണ്ടോ നിനക്ക്?'

പറഞ്ഞുതീരുന്നതിന് മുൻപേ അയാളുടെ ചുണ്ടുകൾക്കു മുകളിൽ ചിലങ്കയുടെ നേർത്ത വിരലുകൾ അമർന്നു കഴിഞ്ഞിരുന്നു.

'നിങ്ങളുമായി കണ്ടുമുട്ടുന്ന ഓരോ നിമിഷവും എന്റെ ഉള്ളിൽ ഇ രുന്ന് ആരോ പറയുന്നുണ്ടായിരുന്നു ഇത് തെറ്റാണെന്ന്.

പക്ഷേ എനിക്ക് പിന്തിരിഞ്ഞു പോകാൻ കഴിഞ്ഞില്ല. പറഞ്ഞു മ നസ്സിലാക്കി കൊടുക്കാൻ പറ്റാത്ത എന്തോ ഒന്ന് വീണ്ടും വീണ്ടും എന്നെ

നിങ്ങളിലേക്ക് മാത്രം അടുപ്പിച്ചു കൊണ്ടേയിരുന്നു. കഴിഞ്ഞുപോയ മാസങ്ങളിലെ ഓരോ വേദനകളും ഞാൻ ചിന്തിച്ചത് ഇതൊക്കെ എന്റെ തെറ്റിനുള്ള പ്രായശ്ചിത്തം ആവട്ടെ എന്നു മാത്രമാണ്.'

പറയുന്നതോടൊപ്പം തന്നെ ചിലങ്കയുടെ സ്വരം നേർത്തു വന്നു. എന്തോ ആലോചിച്ചിട്ട് എന്നവണ്ണം അവൾ മുഖമുയർത്തി അയാളുടെ കണ്ണുകളിലേക്ക് നോക്കി മന്ത്രിച്ചു.

'പക്ഷേ ഇപ്പോൾ! ഇപ്പോൾ എനിക്ക് ശരിക്കും ഭയമുണ്ട് സാമീ... ഞാൻ കാരണം നിങ്ങളുടെ ജീവിതത്തിൽ ഇനി എന്തൊക്കെയാണ് സംഭവിക്കാൻ പോകുന്നത് എന്ന് ഓർക്കുമ്പോൾ തന്നെ പേടിയാവുന്നു.'

'ഇനി പേടിക്കാനായി ഒന്നുമില്ല! എന്താണ് വേണ്ടത് എന്ന് ഞാൻ തീരുമാനിച്ചുറപ്പിച്ചിട്ടുണ്ട്. ഇത്രയും വലിയൊരു ചതി എന്നോട് ചെയ്തത് സ്വത്തിനോടുള്ള ആർത്തി കൊണ്ടു മാത്രമാണെന്ന് ഞാൻ ആശ്വസിച്ചേനെ.

പക്ഷേ അതിന് നിന്നെ കരുവാക്കിയതോടെ എല്ലാം തീർന്നു. ഇനി എനിക്കറിയാം എന്താണ് വേണ്ടതെന്ന്.'

പറയുന്നതോടൊപ്പം തന്നെ അയാൾ കഴുത്തിലെ സ്വർണരുദ്രാക്ഷം കെട്ടിയ നീളമുള്ള മാല ഊരി ചിലങ്കയുടെ കഴുത്തിൽ അണിയിച്ചു കഴിഞ്ഞിരുന്നു.

പെട്ടെന്നുണ്ടായ അയാളുടെ പ്രവർത്തിയിൽ അമ്പരന്ന് മുഖമുയർത്തി നോക്കിയ ചിലങ്കയെ തന്നിലേക്ക് ചേർത്തണച്ചുകൊണ്ട് അയാൾ പറഞ്ഞു.

'ഒന്നിനുമല്ല! എന്റെ ഒരു സമാധാനത്തിനു വേണ്ടി മാത്രം. പുലർച്ചെ പോയി കുറച്ചു കാര്യങ്ങൾ ചെയ്തുതീർത്ത ശേഷം ഞാൻ ഉടനെ മടങ്ങി വരും. ശേഷം നമുക്ക് ഒരുമിച്ച് പോകാം. ഇനി ഇങ്ങോട്ടേക്ക് ഒരു തിരിച്ചുവരവ് വേണ്ട. ഞാനും നീയും നമ്മുടെ മക്കളും അതുമതി.'

മനസ്സിൽ ഒരായിരം ചോദ്യങ്ങൾ ഉയർന്നുവന്നെങ്കിലും അവൾ നിശബ്ദയായി, മുഖമുയർത്തി അയാളുടെ ഇടതൂർന്ന മുടിയിഴകൾക്കിടയിലൂടെ വിരൽ കടത്തി നെറ്റിയിൽ ചുംബിച്ചു.. ഒറ്റ നിമിഷം കൊണ്ട് അയാളുടെ കണ്ണുകളിലെ കനൽ അടങ്ങി തന്നോടുള്ള പ്രണയം തുളുമ്പി വരുന്നത് അവൾ പുളകത്തോടെ നോക്കി നിന്നു. താഴ്ന്നുവരുന്ന അവന്റെ മുഖത്തെ പ്രണയപൂർവ്വം തന്നിലേക്ക് ചേർത്തണച്ചുകൊണ്ട് അവൾ മിഴികളടച്ച് അവന്റെ കൈകൾക്കുള്ളിൽ ലജ്ജയാൽ കുളിർന്നു കിടന്നു.

പിറ്റേന്ന് പകൽ 11 മണിയോടെ അനസൂയയുടെ കാർ ഫാം ഹൗസിൽ

എത്തുമ്പോൾ വീട്ടിലേക്കു കയറിവരുന്ന പടിക്കെട്ടിനു മുകളിൽ ഇരുന്ന് ചിലങ്കയുടെ മുടിയിൽ എണ്ണ പുരട്ടുകയായിരുന്നു രംഗമ്മ. അനസൂയ യോടൊപ്പം കയറിവരുന്ന ഉയരമുള്ള തടിച്ച ആ മധ്യവയസ്കനെ കണ്ട തോടെ രംഗമ്മ പിടഞ്ഞെഴുന്നേറ്റു നിന്നു. അത് അനസൂയ മാഡത്തി ന്റെ പിതാവ് ആണെന്ന് ചിലങ്കയ്ക്കും മനസ്സിലായിരുന്നു. ഇനി എന്താ ണ് സംഭവിക്കാൻ പോകുന്നത് എന്നറിയാതെ പേടിച്ചരണ്ടു നിൽക്കുന്ന അവരുടെ മുന്നിലേക്ക് വന്നു നിന്നുകൊണ്ട് പതിവു കല്ലിച്ച മുഖഭാവ ത്തോടെ ചിലങ്കയെ ഒന്നു നോക്കി അനസൂയ കൽപ്പിച്ചു.

'ഇന്ന് ചെക്കപ്പിന് ചെല്ലാൻ ഡോക്ടർ വിളിച്ചു പറഞ്ഞിട്ടുണ്ട്. പെട്ടെന്ന് തന്നെ തയ്യാറാവു.'

'പക്ഷേ മാഡം. അടുത്ത ചെക്കപ്പ് രണ്ടാഴ്ച കഴിഞ്ഞിട്ടാണ് എന്നല്ലേ അന്ന് ഡോക്ടർ പറഞ്ഞത്?'

സംശയത്തോടെ ചോദിച്ച രംഗമ്മയുടെ മുന്നിലേക്ക് പെട്ടെന്നാണ് ഒരു കവർ നീണ്ട് വന്നത്.

' ഇതാ ഇന്നത്തോടെ നിന്റെ ഇവിടുത്തെ ജോലി കഴിഞ്ഞു. പറഞ്ഞ പണം മുഴുവൻ ഉണ്ട്. ഡ്രൈവർ വീട്ടിൽ കൊണ്ടുവിടും പെട്ടെന്ന് തയ്യാ റായിക്കോളൂ.'

ചിലങ്കയും രംഗമ്മയും ഒരേ നിമിഷം ഞെട്ടിത്തരിച്ചു പോയി. ഭയ ത്തോടെ പിടഞ്ഞെണീറ്റ ചിലങ്ക ഒരു ആശ്രയത്തിനായി തന്നെ നോ ക്കുന്നത് കണ്ടപ്പോൾ രംഗമ്മയ്ക്ക് സങ്കടം തോന്നി.

അവർ പതുക്കെ തനിക്ക് നേരെ കവർ നീട്ടിയ അനസൂയ മാഡത്തി ന്റെ അച്ഛനോട് ചോദിച്ചു.

'സാർ അപ്പോൾ ചിലങ്ക കുഞ്ഞിന്റെ കാര്യം ആരാണ് നോക്കുക? പ്രസവം കഴിഞ്ഞിട്ട് പോയാൽ മതി എന്നല്ലേ എന്നോട് പറഞ്ഞിരുന്നത്?'

'അതിന് വേറെ ആള് വരും ഹോസ്പിറ്റലിൽ. നീ പോകാൻ നോക്ക്.'

ഇനിയെന്താണ് പറയേണ്ടതെന്നറിയാതെ രംഗമ്മ ദയനീയമായി ചില ങ്കയെ നോക്കി. ആകെ വിളർത്തു വിറച്ചു ഇപ്പോൾ താഴെ വീഴുമെന്ന അവസ്ഥയിൽ നിൽക്കുകയാണവൾ.

'പറഞ്ഞത് കേട്ടില്ലേ വേഗമാവട്ടെ!'

തൊട്ടുമുന്നിൽ വന്നു നിന്ന് കൽപ്പിക്കുന്ന അനസൂയയുടെ കണ്ണുക ളിലേക്ക് തുറിച്ചു നോക്കിക്കൊണ്ട് നേർത്ത ശബ്ദത്തിൽ ചിലങ്ക പറഞ്ഞു.

'ഞാനിപ്പോൾ വരുന്നില്ല.'

' വരുന്നില്ലെന്നോ? പ്രസവം കഴിഞ്ഞാൽ നീ എങ്ങോട്ടാണെന്ന് വെച്ചാൽ പൊയ്ക്കോളൂ പക്ഷേ ഇപ്പോൾ ഞാൻ വിളിക്കുന്നിടത്തേക്ക്

വരാൻ നീ ബാധ്യസ്ഥയാണ്. എഗ്രിമെന്റ് ഒപ്പിടുമ്പോൾ വായിച്ചു നോക്കിയിട്ടില്ലായിരുന്നോ?'

പുച്ഛവും പകയും നിറഞ്ഞുനിൽക്കുന്ന അനസൂയയുടെ സംഭാഷണം കേട്ടപ്പോൾ തന്നെ അവർ എന്തോ അറിഞ്ഞിട്ടാണ് വന്നതെന്ന സംശയം ചിലങ്കയുടെ ഉള്ളിൽ പിടഞ്ഞുണർന്നു. ഒരുപക്ഷേ റാം സാർ വന്നത് അറിഞ്ഞിട്ട് തന്നെയാവാം അച്ഛനും മകളും ഒരുമിച്ചു വന്നത്. പക്ഷേ എങ്ങനെയെങ്കിലും റാം വരുന്നതുവരെ പിടിച്ചു നിന്നേ മതിയാവൂ. ചിലങ്ക പതുക്കെ പുറകിലേക്ക് നീങ്ങി ബെഡ്റൂമിലേക്ക് ഓടാൻ ശ്രമിച്ചു. അത് മുന്നിൽ കണ്ടുകൊണ്ട് അനസൂയയുടെ പിതാവ് അവളുടെ മുടിക്കുത്തിൽ പിടുത്തം ഇട്ടു കഴിഞ്ഞിരുന്നു.

'ഞങ്ങളെ പറ്റിച്ചു മഹാറാണിയായി ജീവിക്കാമെന്ന് കരുതിയോ നീ?'

പറയുന്നതോടൊപ്പം തന്നെ ഇടയിൽ കയറാൻ ശ്രമിച്ച രംഗമ്മയെ അയാൾ ആഞ്ഞുതള്ളി. പിടിവലിക്കിടയിൽ പെട്ടുപോയ ചിലങ്ക പുറകിലേക്ക് നീങ്ങാൻ ശ്രമിച്ചതും കാലെടുത്തു വെച്ചത് രംഗമ്മ അവളുടെ തലയിൽ തേക്കാനായി കൊണ്ടുവെച്ച എണ്ണ പാത്രത്തിലേക്ക് ആയിരുന്നു. എന്താണ് സംഭവിച്ചത് എന്ന് മനസ്സിലാകുന്നതിനു മുൻപ് തന്നെ പടിക്കെട്ടിലൂടെ വഴുതി വയറടിച്ച് ചിലങ്ക മുറ്റത്ത് വീണു കഴിഞ്ഞിരുന്നു.

എല്ലാവരും ഒരു നിമിഷം ഞെട്ടിത്തരിച്ച് നിന്നുപോയി. ആർത്തു കരഞ്ഞുകൊണ്ട് രംഗമ്മ ഓടിച്ചെന്ന് നിലത്ത് കിടക്കുന്ന ചിലങ്കയെ പിടിച്ചെഴുന്നേൽപ്പിക്കാനായി ശ്രമിക്കുന്നുണ്ടായിരുന്നെങ്കിലും അവൾക്ക് കഴിഞ്ഞില്ല.

'ചതിച്ചല്ലോ അച്ഛാ.'

എന്നു പറഞ്ഞുകൊണ്ട് അനസൂയയും കൂടി താഴേക്കിറങ്ങി ചിലങ്കയെ പിടിച്ചെഴുന്നേൽപ്പിക്കാൻ തുനിയുന്നതിനിടയിലാണ് രംഗമ്മ ആ കാഴ്ച കണ്ടത്. ചിലങ്ക അണിഞ്ഞിരിക്കുന്ന അയഞ്ഞ കോട്ടൺ നൈറ്റിക്ക് മുകളിലൂടെ ഒഴുകി പടർന്നു വരുന്ന രക്തം.

'അയ്യോ! എന്റെ മോളെ.'

വയർ ഇടിച്ചു വീണതിന്റെ വേദനയും സഹിച്ചുകൊണ്ട് രംഗമ്മയുടെ കയ്യിൽ പിടിച്ച് എഴുന്നേൽക്കാൻ ശ്രമിക്കുകയായിരുന്ന ചിലങ്കയുടെ കണ്ണുകളിൽ ഇരുട്ട് കയറി അവൾ തറയിലേക്ക് തന്നെ കുഴഞ്ഞുവീണു.

വെറും നിലത്ത് പടർന്നുവരുന്ന രക്തവും നോക്കി അനസൂയ എന്താണ് ചെയ്യേണ്ടത് എന്നറിയാതെ പകച്ചുനിന്നു.

അധ്യായം 21

'ഇത്ര കെയർലെസ്സ് ആയിട്ടാണോ ഒരു ഗർഭിണിയെ, അതും ഇരട്ട കുഞ്ഞുങ്ങളെ ഗർഭം ധരിച്ചിരിക്കുന്ന അവസ്ഥയിൽ ഉള്ള ഒരു പെൺകുട്ടിയെ ട്രീറ്റ് ചെയ്യേണ്ടത്?'

അനസൂയക്ക് ദേഷ്യം വരുന്നുണ്ടായിരുന്നു. അബോധാവസ്ഥയിലുള്ള ചിലങ്കയെ ഹോസ്പിറ്റലിൽ പ്രവേശിപ്പിച്ചത് മുതൽ ഡോക്ടറുടെ വഴക്ക് കേട്ട് തുടങ്ങിയതാണ്.

പടിക്കെട്ടിനു മുകളിൽ നിന്നും വീണതിന്റെ കാരണങ്ങൾ ഒന്നും തന്നെ ഡോക്ടർ വിശ്വസിച്ചിട്ടുമില്ല. ഒരുവേള അവർ പോലീസിൽ ഇൻഫോം ചെയ്യാൻ തന്നെ തുനിഞ്ഞിരുന്നു. ഒരു വിധം പറഞ്ഞു സമാധാനിപ്പിച്ചെങ്കിലും അവരെ പിണക്കുന്നത് ബുദ്ധിയല്ല എന്ന് അനസൂയക്ക് അറിയാമായിരുന്നു. പരമാവധി സൗമ്യത മുഖത്ത് വരുത്തി അവർ ഡോക്ടറോട് പറഞ്ഞു.

'കഴിഞ്ഞത് കഴിഞ്ഞു! ഇനി എന്താണ് ഡോക്ടർ? കുഞ്ഞുങ്ങളുടെ കണ്ടീഷൻ എന്താണ്? വേറെ എവിടെയെങ്കിലും കൊണ്ടുപോകണമെങ്കിൽ ചെയ്യാം.'

'സീ... മിസിസ് അനസൂയ, ഈയൊരു അവസ്ഥയിൽ ആ പെൺകുട്ടിയെ എങ്ങോട്ടും കൊണ്ടു പോകാനാവില്ല. അവൾക്ക് ഇനിയും ബോധം തെളിഞ്ഞിട്ടില്ല.

വീഴ്ചയുടെ ആഘാതത്തിൽ ഒരു കുഞ്ഞിന്റെ ജീവൻ നഷ്ടപ്പെട്ടിട്ടുണ്ടോ എന്ന് സംശയമുണ്ട്. എത്രയും പെട്ടെന്ന് സർജറി നടത്തുക മാത്രമാണ് ചെയ്യാനുള്ളത്.

അമ്മയോ കുഞ്ഞുങ്ങളോ ആരെങ്കിലും ഒരാളെ മാത്രമേ തിരിച്ചു കിട്ടാൻ സാധ്യതയുള്ളൂ.'

അനസൂയക്ക് തലയിൽ ശക്തിയായ ഒരു പ്രഹരം ഏറ്റത് പോലെ തോന്നി. എത്ര ബുദ്ധിപൂർവ്വമാണ് കാര്യങ്ങൾ നീക്കിയത്.

എന്നിട്ടും ഇന്നലെ ഒറ്റ ദിവസം കൊണ്ട് എല്ലാം കീഴ്മേൽ മറിഞ്ഞു. റാം ഇന്നലെ അവിടെ ചെന്നിരുന്നു എന്ന ഡ്രൈവറുടെ സന്ദേശം കണ്ട

ഞെട്ടലിലാണ് അച്ഛനെയും കൂട്ടി ഓടിയെത്തിയത്. എത്രയും പെട്ടെന്ന് അവളെയും കൊണ്ട് ഹൈദരാബാദിന് പോകണമെന്ന് തീരുമാനിച്ചുറപ്പിച്ചാണ് എത്തിയത്. പക്ഷേ ഒറ്റ നിമിഷത്തെ അശ്രദ്ധകൊണ്ട് കാര്യങ്ങളെല്ലാം കൈവിട്ടു പോയിരിക്കുന്നു.

'നഴ്സ് ഫോം കൊണ്ടുവന്നു തരും. അമ്മയെയാണോ കുഞ്ഞുങ്ങളെ ആണോ വേണ്ടതെന്ന് ഒപ്പിട്ടു കൊടുക്കണം.'

അനസൂയക്കു ചിന്തിക്കാൻ ഒന്നുമുണ്ടായിരുന്നില്ല. ഒരുപക്ഷേ തന്റെ പദ്ധതികൾ ഇത്തിരി നേരത്തെ നടപ്പിലാക്കാൻ ദൈവം കാണിച്ചു തരുന്ന വഴിയാവാം ഇത്.

'കുഞ്ഞുങ്ങൾ.. കുഞ്ഞുങ്ങളെ മതി ഡോക്ടർ.'

'ആ കുഞ്ഞുങ്ങളുടെ അച്ഛനാണ് പറയുന്നത്. അമ്മയെ മതി. അമ്മയുടെ ജീവന് ആപത്തൊന്നുമില്ലെങ്കിൽ മാത്രം കുഞ്ഞുങ്ങളുടെ കാര്യം നോക്കിയാൽ മതി.'

തൊട്ടരികിൽ റാമിന്റെ സ്വരം ഉയർന്നു കേട്ടതോടെ അനസൂയ ഞെട്ടിത്തിരിഞ്ഞു.

വിയർത്തു പരീക്ഷണനായി, കോപം കൊണ്ട് ജ്വലിക്കുന്ന കണ്ണുകളോടെ തന്നെ ഉറ്റു നോക്കി നിൽക്കുന്ന ഭർത്താവിനെ കണ്ടതോടെ അനസൂയക്ക് വാക്കുകൾ തൊണ്ടയിൽ കുടുങ്ങി. ഒന്നും മനസ്സിലാവാതെ നിൽക്കുന്ന ഡോക്ടർക്ക് നേരെ തിരിഞ്ഞു കൊണ്ട് റാം വീണ്ടും പറഞ്ഞു.

'എത്രയും വേഗം ആവട്ടെ ഡോക്ടർ. അവളുടെ ജീവനു ആപത്തൊന്നും ഉണ്ടാവരുത്. അതിനുവേണ്ടി എന്ത് ചെലവായാലും ഞാൻ വഹിക്കാൻ തയ്യാറാണ്.'

'ഓക്കേ... എത്രയും വേഗം താങ്കൾ ഫോം ഒപ്പിട്ടു നൽകൂ... ബാക്കി കാര്യങ്ങൾ ഞാനെന്റെ കഴിവിന്റെ പരമാവധി ശ്രമിക്കാം.'

'എന്താണ് ഉദ്ദേശം?'

തിടുക്കത്തിൽ അകത്തേക്ക് കയറിപ്പോകുന്ന ഡോക്ടറെ തന്നെ നോക്കി നിൽക്കുകയായിരുന്ന റാമിനോട് പല്ലു കടിച്ചുകൊണ്ട് അനസൂയ ചോദിച്ചു.

തന്റെ വാക്കുകളെ പൂർണമായും അവഗണിച്ചുകൊണ്ട് നഴ്സിംഗ് റൂമിലേക്ക് കയറിപ്പോകുന്ന ഭർത്താവിനെ തന്നെ നോക്കിക്കൊണ്ട് തിരിഞ്ഞ അനസൂയ കണ്ടത് എല്ലാം കണ്ടും കേട്ടും ഇടനാഴിയിൽ സ്തംഭിച്ചു നിൽക്കുന്ന അച്ഛനെയാണ്.

സമയം കടന്നു പോയിക്കൊണ്ടിരുന്നു.

ഓപ്പറേഷൻ തിയേറ്ററിനു പുറത്ത് സർവ്വവും തകർന്ന പോലെ ഇരി

ക്കുന്ന റാമിനെ കാണുംതോറും അനസൂയയ്ക്ക് കോപം ഇരച്ചു കയറി. രണ്ടുമൂന്നു പ്രാവശ്യം അയാളോട് സംസാരിക്കാനായി അവൾ എഴുന്നേറ്റുവെങ്കിലും, അച്ഛന്റെ കഠിനമായ നോട്ടത്തിനു മുന്നിൽ തോറ്റു പിൻവാങ്ങി.

'നീയും ആ പെൺകുട്ടിയും തമ്മിൽ ഉടമ്പടികൾ ഒന്നുമില്ല. എന്തിനുവേണ്ടിയാണ് നീ ഇവിടെ കാത്തിരിക്കുന്നത്? കുഞ്ഞുങ്ങളെ ഞങ്ങൾക്ക് തന്ന് തിരിച്ചു പോകുമ്പോൾ അവളെ കയ്യേൽക്കാനോ?'

അമ്മായി അച്ഛന്റെ ചോദ്യമാണ് റാമിനെ ചിന്തയിൽ നിന്നുണർത്തിയത്. അയാൾ മുഖമുയർത്തി അച്ഛനെയും മകളെയും മാറിമാറി നോക്കി.

'നിങ്ങളുടെ ജീവിതത്തിലേക്ക് ഞാൻ വന്നത് ഒരു കൃത്യമായ ധാരണയോടു കൂടിയ ബിസിനസ് പ്ലാനിന്റെ ഭാഗമായിരുന്നു എന്ന് എനിക്കറിയാം. ആ പ്ലാനിൽ നിങ്ങൾക്ക് നഷ്ടമൊന്നും സംഭവിച്ചിട്ടില്ല. ഒരുതെറ്റും ചെയ്യാത്ത ആ പെൺകുട്ടിയെ കരുവാക്കി നിങ്ങൾ ഇപ്പോൾ നടത്തിക്കൊണ്ടിരിക്കുന്ന ഗെയിമിലും നിങ്ങൾക്ക് നഷ്ടം ഒന്നും സംഭവിക്കില്ല. പക്ഷേ അതിൽ എനിക്കും നഷ്ടം സംഭവിക്കാൻ പാടില്ല. അതെനിക്ക് നിർബന്ധമാണ്. കാരണം ആ പെൺകുട്ടി ഞാൻ കാരണമാണ് ഇതുപോലൊരു ട്രാപ്പിൽ വന്നു വീണത്.'

'എന്താണ് നീ ഉദ്ദേശിക്കുന്നത്?'

കോപത്തോടെയുള്ള അയാളുടെ ചോദ്യത്തെ അവഗണിച്ചുകൊണ്ട് റാം വീണ്ടും തന്റെ സീറ്റിൽ പോയിരുന്നു. പെട്ടെന്നാണ് കോറിഡോറിലൂടെ റാമിന്റെ പി എ നടന്നുവരുന്നത് അവരുടെ ശ്രദ്ധയിൽപ്പെട്ടത്. അടുത്തു വന്നു നിന്ന് അയാളുടെ ബാഗിൽ നിന്നും പുറത്തെടുത്ത ഒരു കവർ റാം അനസൂയയുടെ നേർക്ക് നീട്ടി.

'ഈ നാട്ടിൽ നിന്നും ഞാൻ സമ്പാദിച്ച റാം അസോസിയേറ്റ്സും അതിനോടനുബന്ധിച്ചുള്ള സർവ്വ സ്വത്തുക്കളും നിന്റെ പേരിലേക്ക് രജിസ്റ്റർ ചെയ്തതിന്റെ പേപ്പർസ് ആണ് ഇത്. ഇത് ഞാൻ നിനക്ക് തരികയാണ്.'

ഒറ്റ നിമിഷം കൊണ്ട് അച്ഛന്റെയും മകളുടെയും കണ്ണുകളിൽ തിളങ്ങുന്ന ആർത്തി റാമിന് കാണാൻ കഴിഞ്ഞു.

എന്താണ് പറയേണ്ടത് എന്നറിയാതെ തിക്കു മുട്ടിനിൽക്കുന്ന അവരെ നോക്കി റാം തുടർന്നു.

'പക്ഷേ അതിനു മുൻപ് ഇതിൽ ഒരു ഒപ്പിടണം. അകത്തു കിടക്കുന്ന പെൺകുട്ടി ജീവനോടെ തിരിച്ചുവരുമോ എന്നെനിക്കറിയില്ല. ഒരുപക്ഷേ തിരിച്ചുവന്നാൽ ഇനിയൊരു പരീക്ഷണത്തിന് അവളെ ഞാൻ വിട്ടു തരി

ല്ല. ഇത്രയും നാണംകെട്ട കളികൾ നിങ്ങൾ കളിച്ചത് ഈ സ്വത്തുക്കൾക്ക് വേണ്ടി ആയതുകൊണ്ട് തന്നെ നിങ്ങൾക്ക് ഇത് സമ്മതമാണെന്ന് കരുതുന്നു.'

റാം നീട്ടിപ്പിടിച്ച പേപ്പറിലേക്ക് അനസൂയ ഒന്ന് നോക്കി. മ്യൂച്ചൽ ഡിവോഴ്സിന്റെ പേപ്പർ ആയിരുന്നു അത്. തികട്ടി വന്ന ഒരാന്തലോടെ അവൾ ഒരു ആശ്രയത്തിനായി അച്ഛന് നേരെ തിരിഞ്ഞു.

പെട്ടെന്നാണ് ഓപ്പറേഷൻ തീയേറ്ററിൻറെ വാതിൽ തുറക്കപ്പെട്ടത്. എല്ലാവരുടെയും ശ്രദ്ധ ഒരു നിമിഷം അങ്ങോട്ടേക്കായി.

'അയാം സോറി. ഒരു കുഞ്ഞിനെയേ രക്ഷിക്കാൻ കഴിഞ്ഞുള്ളൂ. പെൺകുഞ്ഞ് വയറിനുള്ളിൽ വച്ചുതന്നെ മരിച്ചിരുന്നു. ആൺകുട്ടിക്ക് കുഴപ്പമൊന്നുമില്ല.'

'ചിലങ്ക.. ചിലങ്കയ്ക്ക് എങ്ങനെയുണ്ട് ഡോക്ടർ?'

' അവൾക്ക് കുഴപ്പമൊന്നുമില്ല. എങ്കിലും രണ്ടുദിവസം ഒബ്സർവേഷനിൽ കിടത്തിയശേഷം റൂമിലേക്ക് മാറ്റുന്നതാണ് സേഫ്. കുഞ്ഞ് എൻഐ സി യു വിൽ ആയതുകൊണ്ട് ഇപ്പോൾ കാണിക്കാൻ പറ്റില്ല. പ്രീ മെചർ ബേബി അല്ലേ. രണ്ടുദിവസം കഴിയട്ടെ എന്തായാലും.'

ഒന്നും പറയാൻ കഴിയാതെ സന്തോഷം കൊണ്ട് നിറയുന്ന റാമിന്റെ കണ്ണുകളിലേക്ക് നോക്കി പുഞ്ചിരിച്ചുകൊണ്ട് ഡോക്ടർ തിടുക്കത്തിൽ നടന്നു നീങ്ങി. അനസൂയയുടെ അവസ്ഥ നേരെ മറിച്ചായിരുന്നു. ഒരു പെൺകുഞ്ഞിനു വേണ്ടിയാണ് ഇത്രയേറെ സാഹസങ്ങൾ ചെയ്തു കൂട്ടിയത്. പക്ഷേ കൃത്യമായും എല്ലാം തകർന്നടിഞ്ഞിരിക്കുന്നു.

ഇനിയെന്ത്.? എന്നൊരു ചോദ്യം മനസ്സിൽ ബാക്കിയായെങ്കിലും അച്ഛന്റെ കണ്ണുകളിൽ കാണുന്ന അപകടകരമായ സന്തോഷം അവളെ തീർത്തും തളർത്തി കൊണ്ടിരുന്നു.

*****

ജമ്മുദവി നവയുഗ് എക്സ്പ്രസ് അതിവേഗം പാഞ്ഞുകൊണ്ടിരുന്നു. ആന്ധ്രയുടെ ചൂടുപിടിച്ച ഭൂപ്രകൃതിയിൽ നിന്നും നിറയെ മരങ്ങൾ തിങ്ങി നിറഞ്ഞ കേരളത്തിലേക്ക് കടന്നതിന്റെ സൂചനകൾ കാണാമായിരുന്നു. എ സി വിൻഡോ ഗ്ലാസിലൂടെ പുറത്തേക്ക് നോക്കിയിരിക്കുന്ന ചിലങ്കയുടെ അരികിലായി വന്നിരുന്ന റാം അവളുടെ സ്വറ്റർ ഒന്നുകൂടി അവളെ പുതപ്പിച്ചു. ചിന്തയിൽ നിന്നുണർന്നു തിരിഞ്ഞു നോക്കിയ ചിലങ്ക ഒരു പുഞ്ചിരിയോടെ അയാളുടെ നെഞ്ചിലേക്ക് ചാഞ്ഞിരുന്നു കൊണ്ട്

ചോദിച്ചു.

'എല്ലാം ഉപേക്ഷിച്ച് നമ്മളെങ്ങോട്ടാണ് പോകുന്നത്?'

'ആരു പറഞ്ഞു എല്ലാം ഉപേക്ഷിച്ചെന്ന്?'

പുഞ്ചിരിയോടെ അവളെ തന്നിലേക്ക് ചേർത്തുപിടിച്ചുകൊണ്ട് റാം അവളുടെ ചെവിയിൽ മന്ത്രിച്ചു.

'ഇത്രയും കാലത്തെ എന്റെ അധ്വാനത്തിൽ നിന്നും എനിക്കായി നീക്കിവെച്ച സമ്പാദ്യമുണ്ട്. നമ്മുടെ നാല് തലമുറയ്ക്ക് ജീവിക്കാൻ അതുമതിയാവും. അതോടൊപ്പം തന്നെ നിന്നെ കാത്ത് നിനക്കായി മാത്രം ജീവിക്കുന്ന ഒരു മുത്തച്ഛൻ ഉണ്ട് നാട്ടിൽ. സ്വന്തം പ്രണയത്തിനു വേണ്ടി ഇറങ്ങിപ്പോയ മകൾ എന്നെങ്കിലും തിരിച്ചു വരുമെന്ന പ്രതീക്ഷയിൽ ഒരു ആക്സിഡന്റിൽ കുടുംബം മുഴുവൻ നഷ്ടപ്പെട്ടിട്ടും മകളെ കാത്തിരിക്കുന്ന ഒരു രാജാവ്. അദ്ദേഹത്തിനരികിലേക്കാണ് നമ്മുടെ ആദ്യത്തെ യാത്ര. ഇനിയൊരിക്കലും വരാത്ത മകൾക്കായി കാത്തിരിക്കുന്ന ആ അച്ഛന് കൊച്ചുമകളുടെ സാമീപ്യം വാഗ്ദാനം ചെയ്താണ് അന്ന് ഞാൻ തിരിച്ചുവന്നത്.'

ഒരു മുത്തശ്ശിക്കഥ കേൾക്കുന്ന കൗതുകത്തോടെ അവനെ തന്നെ നോക്കിനിന്ന ചിലങ്കയെ കുഞ്ഞിന്റെ ചിണുങ്ങി കരച്ചിൽ ആണ് ചിന്തയിൽ നിന്നുണർത്തിയത്. എതിർവശത്തെ സീറ്റിൽ ചാരി ഇരുന്ന് മൂളിപ്പാട്ട് പാടി കുഞ്ഞിനെ തട്ടിയുറക്കുന്ന രംഗമ്മയെയും അത് നോക്കി ചിരിയോടെ ആഗ മോളെയും മടിയിൽ വെച്ചിരിക്കുന്ന അവരുടെ ഭർത്താവിനെയും കാൺകെ അവളുടെ ചുണ്ടുകളിൽ സംതൃപ്തിയുടെ മന്ദഹാസം അലയടിക്കുന്നുണ്ടായിരുന്നു.

'നമ്മളിനി ഒരിക്കലും തിരിച്ചു വരില്ലേ? അങ്ങേയ്ക്ക് വിഷമമുണ്ടോ ഇങ്ങനെ ആയതിൽ?'

'നീ എന്റെ ജീവിതത്തിൽ വന്നില്ലെങ്കിലും ഈ ഒരു ദിവസം സംഭവിച്ചേനെ! എല്ലാം പരിത്യജിച്ച് ഏകാകിയായി ഒരു യാത്രയ്ക്ക് വേണ്ടി മനസ്സുകൊണ്ട് തയ്യാറാവുമ്പോഴാണ് നീ എന്നിലേക്ക് എത്തിയത്. ഒരുപക്ഷേ ഞാൻ തനിച്ചായി പോകരുതെന്ന് ദൈവത്തിന് നിർബന്ധമുണ്ടാവാം. ആദ്യമായി നിന്നെ കണ്ട മാത്രയിൽ ഏതോ ഒരു ലോകത്ത് എവിടെയോ വച്ച് ഏറ്റവും പ്രിയപ്പെട്ടവൾ ആയിരുന്ന ഒരുവളെ കണ്ടുമുട്ടിയ അനുഭവമായിരുന്നു എനിക്ക്.

ഒരുപക്ഷേ അത് സത്യമാവാം. അല്ല. അതുമാത്രമാണ് സത്യം. ഇപ്പോൾ ഞാനും നീയും നമ്മുടെ മക്കളും.. അതിനേക്കാൾ വലുതല്ല

മറ്റൊരു സത്യവും...'

ഒരു നെടുവീർപ്പോടെ അവന്റെ നെഞ്ചിലേക്ക് ചാരി കണ്ണുകൾ അടച്ച അവളുടെ മൂർദ്ധാവിൽ ചുംബിച്ചു കൊണ്ട് അയാൾ സീറ്റിലേക്ക് ഒന്നു കൂടി ചാരിയിരുന്നു. പുറത്ത് ആർത്തലച്ചു പെയ്യുന്ന മഴയിലൂടെ ട്രെയിൻ ഓടിക്കൊണ്ടേയിരുന്നു...

●

www.ingramcontent.com/pod-product-compliance
Lightning Source LLC
LaVergne TN
LVHW060126051026
849517LV00007B/2410
* 9 7 8 9 3 9 3 3 9 7 4 1 6 *